नोबेल अर्थशास्त्रज्ञ

(१९९८ ते २००७)

प्रा. डॉ. यशवंत रारावीकर

डायमंड पब्लिकेशन्स

नोबेल अर्थशास्त्रज्ञ
(१९९८ ते २००७)

लेखक : प्रा. डॉ. यशवंत रारावीकर

© डायमंड पब्लिकेशन्स, पुणे - ३०

ISBN 978-81-89959-60-9

प्रथम आवृत्ती : जानेवारी २००८

मुखपृष्ठ : शाम भालेकर

अक्षरजुळणी : शब्द-अनुशासन

प्रकाशक :
डायमंड पब्लिकेशन्स
२६४/३ शनिवार पेठ, ३०२ अनुग्रह अपार्टमेंट
ओंकारेश्वर मंदिराजवळ, पुणे-४११ ०३०
☎ ०२०-२४४५२३८७, २४४६६६४२
info@diamondbookspune.com

ऑनलाईन पुस्तक खरेदीसाठी भेट द्या
www.diamondbookspune.com

प्रमुख वितरक :
डायमंड बुक डेपो
६६१ नारायण पेठ, अप्पा बळवंत चौक
पुणे-४११ ०३० ☎ ०२०-२४४८०६७७

अर्पणपत्रिका

जी असतांना आणि नसतांनाही माझ्या मागे उभी राहून मला वाचन-लेखनाची प्रेरणा देत राहिली आणि जिने स्वत:ला गीतेचे अध्ययन-अध्यापन आणि आचरणाला वाहून घेतले, त्या माझ्या अर्धांगिनी प्रा. डॉ. सौ. अरुणास कृतज्ञतापूर्वक समर्पण.

यशवंत

प्रा. डॉ. यशवंत रारावीकर - अल्प परिचय

प्रा. डॉ. यशवंत रारावीकर गेली चाळीस वर्षे अर्थशास्त्राचे प्राध्यापक असून ज्येष्ठ अर्थतज्ज्ञ म्हणून सर्वांना माहीत आहेत. अर्थसंकल्प हा त्यांचा विशेष व्यासंगाचा विषय आहे. त्यांना अर्थसंकल्पतज्ज्ञ म्हणून अनेक लोक ओळखतात. पूर्वी त्यांनी अर्थमंत्र्यांच्या आवाहनानुसार केन्द्र सरकारचा अर्थसंकल्प तयार करून अर्थसंकल्पाच्या बराच आधी पाठवला होता. तो केन्द्रीय अर्थसंकल्पाशी तंतोतंत जुळल्यामुळे अर्थमंत्र्यांनी त्यांना बजेट ॲवार्ड दिले.

याशिवाय त्यांच्या भारतीय अर्थव्यस्थेविषयीच्या संशोधनपर लिखाणांना राष्ट्रपतींच्या हस्ते सुवर्णपदक मिळाले आहे.

डॉ. रारावीकर यांनी अर्थसंकल्प आणि इतर विविध आर्थिक विषयांवर विपुल लिखाण केले असून त्यांची दरवर्षी अर्थसंकल्पावर भाषणे होत असतात.

अनुक्रमणिका

मनोगत

प्रकाशकांची भूमिका

प्रस्तावना – प्रा. गंगाधर गाडगीळ

कथा नोबेलची व अर्थशास्त्र पुरस्काराची

❖ ❖ ❖

मनोगत

स्वीडनच्या रॉयल स्वीडिश ॲकॅडमीतर्फे अर्थशास्त्रातील नोबेल पारितोषिक द्यायला १९६९ पासून सुरुवात झाली. तेव्हापासून गेल्या ३९ वर्षांत (१९६९-२००७) ६१ अर्थशास्त्रज्ञांना हे पुरस्कार दिले गेले. यापैकी गेल्या दशकात (१९९८-२००७) १९ अर्थतज्ज्ञांना ते दिले गेले आणि या पुस्तकात या दशकातल्या या नोबेल्सच्या योगदानाचा परिचय करून दिला आहे. अर्थशास्त्रातील नोबेल्सचा मातृभाषा मराठीतून असा परिचय करून देणारे हे बहुधा पहिलेच पुस्तक असावे. हा नोबेल पुरस्कार जाहीर झाल्यानंतर त्यासंबंधीचे लेख नियतकालिकातून येतात एवढेच. परंतु त्यांचे संशोधन व योगदान एकत्रितपणाने पुस्तकरूपाने देणे हे अभ्यासकांच्या दृष्टीने आवश्यक असते.

आजच्या आधुनिक युगात बहुसंख्य तरुणांचा ओढा कॉम्प्युटर इंजिनियर आणि आय.टी. उद्योगात जाण्याचा आहे. देशाला तंत्रज्ञ आणि शास्त्रज्ञ हवे आहेत हे खरे आणि त्या दृष्टीने विज्ञान आणि माहिती तंत्रज्ञान क्षेत्राकडे तरुणाईचा ओघ जाणे बरोबरही आहे. पण त्याचबरोबर या देशाला आज अर्थशास्त्रज्ञही तितकेच आवश्यक आहेत. देशापुढील दारिद्र्य, बेकारी, उपासमार, कुपोषण, अनारोग्य आणि निरक्षरता या भीषण समस्यांची तड लावण्यासाठी कल्पकतेने आणि कुशलतेने आर्थिक धोरणे आखणारी अर्थतज्ज्ञांची मोठी फळी तयार होणे निकडीचे आहे. त्यासाठी अर्थशास्त्राचा सैद्धान्तिक अभ्यास करून, त्या सिद्धान्तांची सांगड आर्थिक समस्या सोडविण्यासाठी व्यावहारिक पातळीवर कशी घालता येईल यासाठी अनुभवनिष्ठ संशोधन (empirical research) करणारे तरुण अर्थशास्त्रज्ञ घडविणे, निर्माण होणे ही काळाची गरज आहे. या दृष्टीने एक महत्त्वाचे पाऊल म्हणजे नोबेल पारितोषिक मिळवलेल्या ज्येष्ठ अर्थशास्त्रज्ञांच्या संशोधनाचा व योगदानाचा अभ्यास व व्यासंग तरुण अभ्यासकांनी करणे जरूरीचे आहे. त्यासाठी त्यांना या नोबेल्सच्या कार्याचा मातृभाषेतून परिचय करून देणे आवश्यक आहे. हे पुस्तक लिहिण्यामागची ही माझी भूमिका आहे. अभ्यासकांनी हे पुस्तक अभ्यासून थांबू नये तर नोबेल्सचे इंग्रजीतील संशोधनपर लिखाण व ग्रंथसंपदा वाचून अभ्यासावी व स्वतःला समृद्ध करून घ्यावे.

अशी माझी अपेक्षा आहे. तसे झाले तर माझ्या कष्टाचे चीज झाल्यासारखे मला वाटेल.

अर्थशास्त्रातील नोबेल पारितोषिकांचा भारताच्या दृष्टीकोनातून विचार करता निराशा पदरी येते. या पुरस्काराच्या गेल्या ३९ वर्षांच्या काळात फक्त एकाच भारतीय अर्थशास्त्रज्ञास (अमर्त्य सेन)ते मिळाले आणि तेदेखील १९९८ मध्ये म्हणजे पारितोषिकाचा प्रारंभ झाल्यापासून ३० वर्षांनी. खरे म्हणजे अनेक भारतीय अर्थशास्त्रज्ञ –जगदीश भगवती, लॉर्ड मेघनाद देसाई, अरविंद पगारिया इ. अमेरिकेतील प्रतिष्ठित मानल्या जाणाऱ्या विद्यापीठातून अनेक वर्षे अध्यापनाबरोबर संशोधनाचे कार्य करीत होते व आहेत. त्यांचे अर्थशास्त्राच्या या ना त्या शाखेतील योगदानही मूलभूत स्वरूपाचे आहे. याचे अगदी एक जरी ठळक उदाहरण द्यायचे झाले तर जगदीश भगवतींचे देता येईल. भगवतींचे आंतरराष्ट्रीय व्यापार शाखेतील योगदान बिनतोड आहे. त्यांच्या नावाची नोबेलसाठी शिफारसही झाल्याची वदंता मधून मधून कानी येते. प्रत्यक्षात मात्र ती उतरत नाही. या पुरस्कारातील भारताचा वाटा वाढविणे हे भारतातील आजच्या तरुण अर्थशास्त्रज्ञांपुढील आव्हान आहे. ते पेलण्याची तयारी करण्याच्या दृष्टीने एक पाऊल म्हणजे गेल्या दशकातील नोबेल्सची आर्थिक संशोधने आणि योगदाने समजून घेणे व नंतर त्याचा सखोल अभ्यास करणे हे आहे. आणि हा देखील उद्देश हे पुस्तक लिहिण्यामागचा आहे.

आणखी एका दृष्टीकोनातून या पुस्तकाची व्यावहारिक उपयुक्तता आहे. अलीकडच्या काळात विद्यापीठ अनुदान मंडळाने विद्यापीठ आणि महाविद्यालयांमधील एम्.ए.साठी अर्थशास्त्राचे जे अभ्यासक्रम शिफारस केले आहेत त्यात एक विषय अर्थशास्त्रातील नोबेल पारितोषिक विजेते अशा स्वरूपाचा आहे. भारतातील देशभरातील काही विद्यापीठांनी हा विषय आपल्या अखत्यारीतील महाविद्यालयाच्या पदव्युत्तर अर्थशास्त्रासाठी नेमलाही. हे पुस्तक त्यादृष्टीने हा विषय घेणाऱ्या मराठी भाषिक विद्यार्थ्यांना निश्चितच उपयुक्त ठरू शकेल.

खरे म्हणजे या दृष्टीने सर्वच्या सर्व ६१नोबेल्सच्या योगदानाचा परिचय करून देणे व विशद करणे आवश्यक आहे. तसा विचारही होता. परंतु तो लेखक, वाचक आणि प्रकाशक अशा सगळ्यांच्याच दृष्टीने एकदम फार मोठा घास झाला असता. त्यामुळे गेल्या दशकातील नोबेल्सपुरते हे पुस्तक मर्यादित ठेवावे असे ठरवले. वाचकांच्या दृष्टीनेही त्यांना फार जुन्या योगदानापेक्षा त्यातल्या त्यात अगदी अलीकडील

योगदानात अधिक रस वाटणे स्वाभाविक असल्याने हा निर्णय घेतला. पुढे क्रमाक्रमाने मागील एकेक दशकातील नोबेल्सच्या योगदानावर एकेक पुस्तक लिहिता येईल.

हे पुस्तक लिहिताना मला विविध स्रोतांची मदत झाली. नोबेल पुरस्कारप्राप्त अर्थशास्त्रज्ञांचे लिखाण, रॉयल स्विडिश ॲकॅडमी ऑफ सायन्सेसची वेबसाइट, नोबेल पुरस्कारांशी संबंधित इतर वेबसाइटस् आणि गुगल सर्च या महाजालावरील शोधस्थळे या सर्व साधनांपासून मिळालेल्या माहितीचा खूप उपयोग झाला हे साभार नमूद करतो.

याशिवाय माझा मुलगा डॉ. आशुतोष व सून सौ. श्रद्धा यांनी इंटरनेटवरून माहिती मिळवून देणे, मी केलेले लिखाण वाचून योग्य त्या सूचना करणे इत्यादी कामात खूप साहाय्य केले.

या पुस्तकाला ज्ये. साहित्यिक आणि अर्थतज्ज्ञ प्रा. गंगाधर गाडगीळ यांनी प्रस्तावना लिहिली याचा मला व प्रकाशक दत्तात्रेय पाष्टे यांना विशेष आनंद वाटतो. त्यांनी सवड काढून हे पुस्तक वाचून त्यावर लिहिले याबद्दल त्यांचे मी अंत:करणपूर्वक आभार मानतो.

सरतेशेवटी पुण्यातील नामवंत व प्रथितयश डायमंड पब्लिकेशन्सचे मालक श्री. दत्तात्रेय पाष्टे यांची अर्थशास्त्राच्या नोबेल्सवर मराठीतून पुस्तक असावे ही आंतरिक इच्छा असल्याने व त्यासाठी माझ्या मागे लकडा लावल्याने मी हे पुस्तक अल्पावधीत पूर्ण करू शकलो. त्यांचे मी मन:पूर्वक आभार मानतो.त्यांच्या प्रकाशनातील संबंधित कर्मचाऱ्यांच्या तत्परतेमुळेच हे पुस्तक सुबक स्वरूपात व वेळेत बाहेर येऊ शकले.

डॉ. यशवंत रारावीकर

प्रकाशकाची भूमिका

दशकभरातील अर्थशास्त्रातील नोबेल पारितोषिक विजेत्यांवरील हा ग्रंथ आज वाचकांच्या हाती देताना मला माझ्या खूप दिवसांच्या मनीषेची पूर्तता होत असल्याबद्दल आनंद होत आहे. गेल्या अनेक वर्षांपासून माझी अशी आंतरिक इच्छा होती की जगातील सर्वोच्च म्हणून नावाजलेला व दरवर्षी दिला जाणारा अर्थशास्त्रातील नोबेल पुरस्कार मिळवणाऱ्या अर्थशास्त्रज्ञांचे व्यक्तिमत्त्व, त्यांचे संशोधन आणि त्यांचे नोबेलप्राप्त योगदान हे आपल्यातील अर्थशास्त्राच्या विद्यार्थ्यांना मायमराठीतून समजावून देणारा ग्रंथ काढावा. एकदा प्रा. डॉ.रारावीकर सरांजवळ मी माझी ही मनीषा बोलून दाखविली. त्यांच्याही मनात त्यांच्या अर्थशास्त्राच्या विद्यार्थ्यांसाठी आणि एकूणच अर्थशास्त्रात रस असलेल्या तरुणांसाठी अर्थशास्त्रातील नोबेल्सचा व्यक्ती म्हणून व त्यांच्या एकूण योगदानाचा परिचय करून द्यावा असे होते. तेव्हा मी त्यांना म्हटले की तुमच्या मनातले तुम्ही कागदावर उतरवा म्हणजे मी ते माझ्या मनीषेप्रमाणे प्रिंट करून उतरवतो ! अशा आमच्यातील श्रमविभागणीतून हा ग्रंथ प्रत्यक्षात अवतरला आहे.

अर्थशास्त्र हा विषय मुळातच प्रत्येकाचा जीवनस्पर्शी आणि म्हणून जिव्हाळ्याचा विषय. त्यातून सध्याच्या जागातिकीकरणाच्या जमान्यात त्याला नवी झळाळी प्राप्त होऊन त्याचे महत्त्व खूपच वाढले आहे व आणखी वाढणार आहे. अशा परिस्थितीत ज्यांनी संशोधनाला वाहून घेऊन हे अर्थशास्त्र व्यावहारिक उपयुक्ततेने लोककल्याणाभिमुख केले आणि नोबेलसारखे शिखर पुरस्कार मिळवले त्या त्या अर्थशास्त्रज्ञांच्या योगदानाची माहिती सर्वांना होणे जरुरीचे आहे. प्रा. डॉ. रारावीकरांसारख्या व्यासंगी प्राध्यापकांच्या सिद्धहस्ताने ती सुबोध शैलीत लिहिल्याने ग्रंथरूपाने उपलब्ध करून देता आली, याबद्दल आम्हास धन्य वाटते. त्याच्या अभ्यासाने आमच्या तरुणांच्या मनात नोबेल मिळवण्याच्या महत्त्वाकांक्षेचे बीजारोपण होईल असा विश्वास वाटतो.

द. गं.पाष्टे

प्रस्तावना

ज्येष्ठ अर्थतज्ज्ञ प्रा. डॉ. यशवंत रारावीकर यांनी लिहिलेले नोबेल अर्थशास्त्रज्ञ (१९९८ ते २००७) हे पुस्तक पाहून आणि वाचून आनंद वाटला.

नोबेल पारितोषिक मिळवणाऱ्या अर्थशास्त्रज्ञांवर मराठी भाषेत कोणी पुस्तक लिहिलेले पाहण्यात नाही. हे पारितोषिक जाहीर झाल्यानंतर वृत्तपत्रांतून थोडक्यात लेख येतात तेवढेच. त्यामुळे डॉ. रारावीकर यांनी अलीकडच्या दशकातल्या नोबेल अर्थशास्त्रज्ञांवर आपल्या माय-मराठीतून पुस्तक लिहिण्याचा उपक्रम हाती घेतला हे पाहून बरे वाटले. मराठीतून अर्थशास्त्र शिकणाऱ्यांची व शिकवणाऱ्यांची संख्या दिवसेंदिवस वाढत आहे. इतकेच नव्हे तर अर्थशास्त्रीय संशोधन मराठीतून करणारा वर्गही मोठा आहे. त्यामुळे तर नोबेल पुरस्कार मिळवलेली संशोधनं मराठीतून मराठी भाषकांना डॉ. रारावीकरांनी उपलब्ध करून दिली ही गोष्ट स्वागतार्हच आहे. विशेष म्हणजे या दशकातील ही अर्थशास्त्रीय संशोधनं त्यांनी सुबोध शैलीत मांडली आहेत. अर्थात कोणत्याही शास्त्रातील सिद्धान्त आणि संशोधनं त्या त्या शास्त्राच्या विशिष्ट परिभाषेमुळे व संकल्पनांमुळे किती सोपी आणि सुबोध मांडायची यावर मर्यादा येतातच. पण त्याला इलाज नसतो. तथापि या मर्यादा असूनही डॉ. रारावीकरांनी शक्य तेवढ्या सोप्या शब्दांत व क्लिष्टता टाळून या नोबेल्सची योगदानं स्पष्ट केली आहेत.

अर्थशास्त्रातली नोबेल पुरस्कार द्यायला सुरुवात होऊन सुमारे चाळीस वर्षे झाली. सुरुवातीची काही वर्षे केन्सवादाने या परितोषिकावर आपले वर्चस्व गाजविले आणि पॉल सॅम्युएलसनसारख्या केन्सच्या अनुयायांना हा पुरस्कार देऊन गौरविण्यात आले. आर्थिक चढउतारांची सतत होणारी आवर्तने (Cycles of Economic Fluctuations) सरकारच्या हस्तक्षेपी धोरणांनी (Interventionist Policies) नियंत्रित व नियमित करणे शक्य होईल असा या केन्सवादी अर्थवेत्त्यांचा विश्वास होता. या पुढच्या काळात या पारितोषिकासाठी निवडायचे आर्थिक संशोधन आणि योगदान (Contribution) याबाबतीत दिशाबदल (Shift) घडून आला आणि केन्सवादाऐवजी पैसावादावर (Monetarism) भर देण्यात आला आणि मिल्टन

फ्रीडमनसारख्या पैसावादी अर्थशास्त्रज्ञांचे या पारितोषिकावर वर्चस्व दिसून आले. या दरम्यानच्या काळात पैसावादाची जागा हळूहळू व क्रमाक्रमाने इतर आर्थिक विषयांनी घेतली आणि नोबेलप्राप्त विषयांची विविधता वृद्धिंगत होत गेली. स्विडिश ॲकॅडेमी दरवर्षी पारितोषिक जाहीर करताना त्या विजेत्यांना जे गौरवपत्र (Citation) देत असते त्या सर्व गौरवपत्रांवरून जरी नजर फिरवली तरी या संशोधनविषयांची विविधता लक्षात येते. या निरनिराळ्या नोबेल अर्थशास्त्रज्ञांनी आर्थिक व्यवहारांच्या विविध अंगांनी संशोधन केले असून निरनिराळ्या बाजूंचे सैद्धांतिक विश्लेषण मांडले आहे आणि तेही तपशीलवार (Threadbare). हे करत असताना आर्थिक विचारांना आणि धोरणांना नवे वळण, नवी दिशा देण्यावर त्यांनी भर दिला असल्याचे जाणवते.

सर्वसाधारण समतोल सिद्धान्त, आंतरराष्ट्रीय अर्थशास्त्रीय सिद्धान्त यांसारख्या विषयांबरोबरच विकासाचे अर्थशास्त्र, वित्तीय बाजारपेठा, खेळ सिद्धान्त, बाजार-पेठेतील असममिती माहिती (Asymmetric Market Information) कल्याणाचे अर्थशास्त्र, यंत्रणा आकृतिबंध सिद्धान्त (Mechanism Design Theory) अशा सापेक्षतेने आधुनिक विषयांनाही नोबेलच्या मखरात स्थान मिळाल्याचे पाहून नोबेल निवडसमितीची अद्ययावतता जाणवते व बरे वाटते. अर्थशास्त्र हे प्रवाही व सदाहरित आणि सदैव वृद्धिंगत होणारे शास्त्र आहे. त्यात नवनवीन शाखा येतात, सिद्धान्तांचे नवनवे अर्थ प्रतीत होतात. या सगळ्याची दखल नोबेलसारखा सन्मान निश्चित करताना घेतली जाणे महत्त्वाचे आहे.

विसाव्या शतकाच्या अखेरीस म्हणजे काहीसे उशिराच १९९८त नोबेल समितीचे लक्ष अविकसित देशांमधील दारिद्र्य, दुष्काळ, उपासमार व वंचितावस्था याकडे वेधले आणि यावर पोटतिडकीने अनेक वर्षे संशोधन करणाऱ्या व कल्याणकारी उपाययोजना सुचवणाऱ्या भारतीय अर्थशास्त्रज्ञ अमर्त्य सेन यांना त्या वर्षीचा नोबेल पुरस्कार बहाल करण्यात आला. खरे म्हणजे त्यांना एवढ्या जीवनस्पर्शी विषयावरच्या संशोधनाबद्दल पुरस्कार देण्यात उशीरच झाला. यापूर्वीच तो मिळायला हवा होता.

या नोबेल पुरस्काराबद्दल एक मुद्दा असा नेहमी मांडला जातो की त्यासाठी निवड करण्यात आलेल्या अर्थशास्त्रज्ञांचे संशोधन बऱ्याच वर्षांपूर्वीचे म्हणजे सुमारे पंचवीस ते पस्तीस वर्षांपूर्वीचे असते व त्यासाठी इतक्या खूप वर्षांनी नोबेलची पावती

किंवा मान्यता त्यास दिली जाते. परंतु एका अर्थाने निवडसमितीचा हा दृष्टिकोन उचित मानायला हवा. काही वर्षांपूर्वी नव्याने मांडल्या गेलेल्या आर्थिक सिद्धान्ताची काय किंवा आर्थिक धोरणात्मक उपायांची काय इष्टानिष्टता ही प्रत्यक्ष अनुभवनिष्ठतेच्या (Empiricism) कसोटीवर घासून पाहिलीच पाहिजे. त्याला नुसते पुस्तकी मूल्य असून उपयोगी नाही. अर्थशास्त्र हे जीवनस्पर्शी सामाजिक शास्त्र आहे. ते नेहमी प्रवाही असले पाहिजे. त्याद्वारे माणसाला त्याच्या दैनंदिन जीवनात भेडसावत असणाऱ्या आर्थिक व वित्तीय समस्यांवर तोडगे सुचविले पाहिजेत. आणि जेव्हा एखादे आर्थिक संशोधन व त्यातून सुचविल्या गेलेल्या धोरणात्मक उपाययोजना काही वर्षांच्या प्रत्यक्ष वापरानंतर कालबाह्य ठरत असतील तर त्या नोबेलसारख्या सर्वोच्च पुरस्काराला पात्र ठरता कामा नये. या उलट जर त्या वर्षानुवर्षे वापरून मुरल्यानंतरही त्यांची उपयुक्तता, परिणामकारकता टिकून राहत असेल व काळाच्या कसोटीवर ते संशोधन व ते धोरणात्मक उपाय उतरत असतील तरच ते या पुरस्कारासाठी पात्र ठरले पाहिजे आणि त्यादृष्टीने पाहिले तर गेल्या अनेक वर्षांतील अर्थशास्त्र नोबेल पुरस्कारांच्या बाबतीत ती काळाच्या कसोटीला उतरली आहेत असे म्हणावे लागेल.

या पुरस्काराच्या बाबतीत आणखी एक मुद्दा मांडला जातो आणि तो म्हणजे या पुरस्कारांवर अमेरिकन वर्चस्व फार मोठे आहे आणि ही गोष्ट डॉ. रारावीकर यांच्या पुस्तकातील परिशिष्ट तीन वरून स्पष्ट दिसून येते. गेल्या ३९ वर्षांत ६१ अर्थतज्ज्ञांना नोबेल पुरस्कार मिळाला त्यापैकी ४१ अर्थतज्ज्ञ अमेरिकेतीलच आहेत, म्हणजे अमेरिकेचा वाटा ६७ टक्के आहे आणि उरलेल्या अकरा देशांचा फक्त ३३ टक्के ! याचा अर्थ इतर देशांमध्ये अर्थशास्त्रीय संशोधन ठप्प झालंय का? एवढा प्रगत जपान, पण तिथला एकही नोबल नाही? नोबेल पुरस्कार व्यवस्थापन पाहणाऱ्या रॉयल स्वीडिश ॲकॅडमी ऑफ सायन्सेस व तिच्या अंतर्गत असलेल्या निवडसमितीने विचार करावा. असा हा मुद्दा आहे आणि अर्थात इतर राष्ट्रांनीही.

डॉ. रारावीकरांचे पुस्तक वाचत असताना या नाबेल पुरस्काराबाबत जे विचार मनात इतके दिवस घोळत होते ते पुन्हा वर डोकावले व म्हणून ते या प्रस्तावनेच्या ओघात इथे मांडले. या पुस्तकाला जोडलेली चार परिशिष्टे वैशिष्ट्यपूर्ण आहेत व त्यांना संदर्भमूल्यही आहे. अर्थशास्त्राच्या संशोधकांनी आणि अभ्यासकांनी नोबेल - पुरस्कारप्राप्त सर्व अर्थशास्त्रज्ञांच्या विचारांचा सखोल अभ्यास जरूर करावा. इतकेच

नव्हे तर त्या विचारांचा धोरणात्मक गोष्टीवर होत असणारा परिणामही अभ्यासावा. अशा सखोल अभ्यासामुळे त्यांच्या मनात आपणही नोबेल मिळवावे अशा महत्त्वाकांक्षेची बीजे पेरली जातील. डॉ. रारावीकरांची त्यांच्याकडून हीच अपेक्षा आहे.

प्रा. गंगाधर गाडगीळ

ज्येष्ठ अर्थतज्ज्ञ, ज्येष्ठ साहित्यिक आणि
माजी अध्यक्ष, अखिल भारतीय मराठी साहित्य संमेलन

कथा नोबेलची व अर्थशास्त्र पुरस्काराची

नोबेल पुरस्कार हा जगातील सर्वोच्च मानाचा आणि प्रतिष्ठेचा पुरस्कार मानला जातो. स्वीडन या युरोपीय देशातील प्रसिद्ध शास्त्रज्ञ व कारखानदार आल्फ्रेड नोबेल यांनी आपल्या मृत्यूपत्राद्वारे आपल्या अफाट संपत्तीचा मोठा भाग पाच क्षेत्रांपैकी प्रत्येक क्षेत्रातील सर्वोत्तम योगदानाबद्दल दरवर्षी पारितोषिक देण्यासाठी वापरला जावा असे लिहून ठेवले. या पाच क्षेत्रात तीन शास्त्रे, एक साहित्याचे आणि एक विश्वशांती असे विषय नमूद करण्यात आले. तीन शास्त्रे म्हणजे रसायन शास्त्र (केमेस्ट्री), पदार्थविज्ञानशास्त्र (फिजिक्स) आणि वैद्यक किंवा शरीरविज्ञानशास्त्र असून एक पारितोषिक सर्वोत्कृष्ट साहित्य निर्मितीस आणि उरलेले एक पारितोषिक शांती व स्वास्थ्य प्रस्थापित करण्यासाठी व्यक्ती किंवा संस्था यांनी केलेल्या सर्वोत्तम कार्याबद्दल त्यांना देण्यात येते. १९०१ पासून हे पाच नोबेल पुरस्कार दिले जाऊ लागले. अर्थशास्त्राचा नोबेल पुरस्कार या पंक्तीत नंतर म्हणजे १९६९ पासून आलेला असला तरी तोही त्याच व तितक्याच प्रतिष्ठेचा मानला जातो. परंतु पहिल्या पाच पुरस्कारांच्या कथेहून त्यांची कथा थोडी वेगळी आहे.

मूळचे पाच क्षेत्रातले नोबेल पुरस्कार म्हणजे आल्फ्रेड नोबेल यांच्या इच्छापत्रानुसार पाच क्षेत्रांना दरवर्षी देण्यात येणारे पुरस्कार होत. आल्फ्रेड नोबेल हे स्वीडनमधील संशोधक व शास्त्रज्ञ आणि स्फोटक द्रव्ये आणि सुरूंग यांचे उत्पादन करणारे कारखानदार. सर्व मानव जातीचे कल्याण व्हावे म्हणून आपल्या प्रचंड संपत्तीतून त्यांनी खूप मोठी रक्कम नोबेल फाऊंडेशन या विश्वस्त संस्थेच्या आधीन केली आणि असे लिहून ठेवले की तिच्या गुंतवणूकीपासून मिळणाऱ्या व्याजातून या पाच क्षेत्रातील सर्वोत्कृष्ट योगदान करणाऱ्यास दरवर्षी हे पारितोषिक दिले जावे.

आल्फ्रेड नोबेल यांचा जन्म स्वीडनमधील स्टॉकहोम येथे १८३३ मध्ये झाला. त्यांच्या वडिलांनी नवीन पद्धतीचे पाणसुरूंग बनविण्याचे तंत्र विकसित केले होते व त्यांना हे सुरूंग रशियन सरकारला पुरवण्याचे कंत्राटही मिळाले होते. आल्फ्रेड यांनीही रसायनशास्त्राचा अभ्यास करून वडिलांबरोबर त्यांच्या कारखान्यात काम

करून इंजिनियरिंगच्या क्षेत्रात मोठे कौशल्य मिळवले होते. १८६१च्या सुमारास त्यांनी नायट्रोग्लिसरीन हे स्फोटक द्रव्य तयार करण्याच्या कामात वडिलांना मदत करायला सुरुवात केली. व या स्फोटक द्रव्याची निर्मिती करण्यासाठी कर्ज काढून एक छोटा कारखानाही थाटला. पण १८६४ मध्ये त्या कारखान्यातच स्फोट होऊन त्यात इतर कामगारांबरोबर त्यांचा भाऊ एमिली हाही मरण पावला. त्यामुळे नायट्रोग्लिसरीनचा वापर सुरक्षित करण्याचे तंत्र त्यांनी शोधून काढले. या प्रयत्नातून त्यांनी डायमाइटचा शोध लावला. लगोलग स्वीडिश सरकारला रेल्वे मार्ग विकसित करण्याकरता डोंगर पोखरण्यासाठी आल्फ्रेडने बनविलेल्या त्या स्फोटक डायनामाईट हवेच होते. त्यामुळे आल्फ्रेडला हे काम मिळाले व त्यासाठी त्याने मोठा कारखाना स्टॉकहोमच्या बाहेर उभारला. इतर देशांनाही युद्धासाठी शस्त्रास्त्रे बनवण्यासाठी स्फोटक द्रव्ये हवीच होती.परिणामी आल्फ्रेडला हा माल खूप मोठ्या प्रमाणावर विकून प्रचंड संपत्ती जमवता आली. युरोप व अमेरिकेची बाजारपेठ त्याने या स्फोटकांनी काबीज केली व तो करोडपती झाला. त्याने शोधून काढलेल्या ब्लास्टिंग जिलेटीन व डायनामाइटने त्याला मोठा हात दिला व पैशाने श्रीमंत केले.

आल्फ्रेड नोबेल अविवाहित होते. उत्तर आयुष्यात त्यांना या विनाशकारी द्रव्यांच्या शोधांबद्दल निराशा वाटू लागली व पश्चाताप झाला व या प्रचंड संपत्तीचा चांगल्या कामासाठी, मानवजातीच्या कल्याणासाठी उपयोग व्हावा, असे त्यांच्या मनाने घेतले व त्यांनी आपले मृत्यूपत्र तयार करून वर सांगितल्याप्रमाणे पाच क्षेत्रांसाठी दरवर्षी पारितोषिक देण्याची व्यवस्था केली. १० डिसेंबर १८९६ला त्यांचा मृत्यू झाल्यानंतर त्यांच्या मृत्यूपत्रावरून उफाळलेल्या वादावादीमुळे, नोबेल फाऊंडेशनची स्वीडनच्या सरकारच्या अधिपत्याखाली स्थापन करायला पाच वर्षे उशीर झाला. शेवटी १९०१ मध्ये ते स्थापन झाले आणि लगेच १९०१ पासून या पाच क्षेत्रात नोबेल पारितोषिके द्यायला सुरुवात झाली. सध्या या पुरस्कारात एक सुवर्ण पदक, गौरवपत्र आणि स्वीडनच्या चलनातील (स्विडीश क्रोन) रोख रक्कम यांचा समावेश आहे. रोख रक्कम वाढत्या प्रमाणावर असते. आज ती प्रत्येकी १० दशलक्ष क्रोनआहे. (म्हणजे सुमारे ६ कोटी रुपये) या पारितोषिकाचे व्यवस्थापन प्रामुख्याने रॉयल स्वीडीश ॲकॅडमी ऑफ सायन्सेसकडे आहे. ही पारितोषिके १० डिसेंबरला आल्फ्रेड नोबेल यांच्या पुण्यतिथीदिनी स्टॉकहोम येथे दिली जातात. शांततेचे नोबेल मात्र ओस्लो येथे दिले जाते.

अर्थशास्त्राचे नोबेल

अर्थशास्त्र हा नोबेलच्या मूळच्या पुरस्कार योजनेत नव्हता. तो सुरू करण्यात स्वीडनच्या मध्यवर्ती बँकेचा (The Sveriges Riksbank) पुढाकार आहे. १९६८ मध्ये या बँकेला ३०० वर्षे पूर्ण झाली. ही त्रिशताब्दी साजरी करण्याचा एक भाग म्हणून या बँकेने बरीच मोठी रक्कम नोबेल फाऊंडेशनकडे हस्तांतरित केली व तिच्यावरील व्याजातून अर्थशास्त्रातील नोबेल स्मृती पुरस्कार रॉयल स्वीडीश ॲकॅडमी ऑफ सायन्सेसने दरवर्षी द्यावा असे ठरले. त्याप्रमाणे १९६९ पासून हा पुरस्कार दरवर्षी दिला जात आहे. १९६९ ते २००७ या ३९ वर्षांच्या काळात ६१अर्थशास्त्रज्ञांना तो दिला गेला आहे.

◆   ◆   ◆

१
नोबल नोबेल १९९८ - अमर्त्य सेन

अमर्त्य सेन

१९९८ ते २००७ या दशकातील, स्वीडनच्या मध्यवर्ती बँकेकडून (Sveriges Riksbank) आल्फ्रेड नोबेल यांच्या स्मरणार्थ दिले जाणारे अर्थशास्त्रातील १९९८चे नोबेल पारितोषिक इंग्लंडमधील परंतु भारतीय नागरिकत्व असलेले सुप्रसिद्ध अर्थशास्त्रज्ञ प्रा. डॉ. अमर्त्य सेन यांना जाहीर झाले आणि १० डिसेंबर १९९८ रोजी स्टॉकहोम (स्वीडन) येथे समारंभपूर्वक बहाल करण्यात आले. नोबेल पारितोषिकांचे व्यवस्थापन पाहणाऱ्या रॉयल स्वीडिश ॲकॅडेमी ऑफ सायन्सेसने आपल्या गौरवपत्रात (Citation) म्हटले आहे की त्यांना हे पारितोषिक 'त्यांनी कल्याणकारी अर्थशास्त्राबाबत केलेल्या त्यांच्या योगदानाबद्दल देण्यात येत आहे.' ('for his contribution to welfare economics'). या भव्यदिव्य पारितोषिकात रोख रक्कम म्हणून स्वीडनच्या चलनातील ७.६ दशलक्ष क्रोन (म्हणजे त्यावेळचे सुमारे ४ कोटी रुपये), सुवर्णपदक आणि गौरवपत्र समाविष्ट होते.

जीवन-चरित्र

ज्या परिसरात मनुष्य जन्माला येतो त्या परिसराचा त्याच्यावर व त्याचे भावी व्यक्तिमत्त्व घडविण्यावर नक्कीच परिणाम होत असणार असे अमर्त्य सेन यांच्या उदाहरणावरून तरी म्हणता येईल. त्यांचा जन्म झाला तो परिसर म्हणजे गुरूदेव रवीन्द्रनाथ टागोर यांच्या शांतिनिकेतन आणि विश्वभारतीचा परिसर होय. तिथे अमर्त्य सेन यांचा जन्म ३ नोव्हेंबर १९३३ रोजी त्यांच्या आईच्या माहेरी झाला. त्या आधी बरोबर वीस वर्षांपूर्वी म्हणजे १९१३ मध्ये रवीन्द्रनाथांना साहित्यासाठीचा नोबेल पुरस्कार मिळाला होता. त्यानंतर ८५ वर्षांनी म्हणजे १९९८मध्ये त्या भूमीत जन्मलेल्या अमर्त्य सेनांना अर्थशास्त्रातील हा पुरस्कार मिळाला.अमर्त्यांची आई अमिता सेन या शांतिनिकेतच्या विद्यार्थिनी - रवीन्द्रनाथांची हुशार विद्यार्थिनी. खुद्द रवीन्द्रनाथांनी नामकरण सोहोळ्याच्या दिवशी (बारशाला) सेन घराण्याच्या या कुलदीपकाचे 'अमर्त्य' नाव ठेवले. व 'हा मुलगा ज्ञात जगाच्या पलीकडे जाईल आणि एक दिवस असामान्य माणूस म्हणून नावारूपाला येईल.' असा आशीर्वाद दिला. त्यांच्या या आशीर्वादाच्या रूपाने गुरूदेवांनी जणू भविष्यवाणीच उच्चारली व ती १९९८मध्ये खरी ठरली आणि १९९८चा अर्थशास्त्रातील नोबेल पुरस्कार भारतीय अर्थशास्त्रज्ञ. डॉ. अमर्त्य सेन यांना जाहीर झाला आणि भारतमातेच्या शिरपेचात एक मानाचा तुरा खोवला गेला. सर्व भारतीयांना अभिमान वाटावा असाच हा सन्मान आहे. केवळ भारतीयांनाच काय पण सबंध आशिया खंडालाच अभिमान वाटावा अशी ही घटना आहे. कारण अर्थशास्त्रातील नोबेल पुरस्कार मिळवणारे या खंडातले ते पहिले अर्थशास्त्रज्ञ. डॉ. सेन यांच्याबद्दल अभिमान वाटावा असे आणखी वैशिष्ट्य असे की अनेक वर्ष अमेरिका आणि युरोपमधील देशांमध्ये राहूनही त्यांनी आपले भारतीय नागरिकत्व सोडलेले नाही. त्यांचा मातृभूमीचा ओढा इतका जबरदस्त आहे की वर्षातून दोन एक वेळा तरी ते भारतात येतात. पश्चिम बंगालमधील रवीन्द्रनाथ टागोरांच्या शान्तीनिकेतनमध्ये राहणाऱ्या त्यांच्या आईजवळ ते मुक्काम करतात. याशिवाय भारतातील विविध संस्थांमध्ये व्याख्यानेही देतात. त्यांना हा पुरस्कार आल्फ्रेड नोबेल यांच्या स्मृतिदिनी म्हणजे १० डिसेंबर रोजी स्टॉकहोममध्ये वर म्हटल्याप्रमाणे मोठ्या समारंभपूर्वक बहाल करण्यात आला.

अमर्त्यांचे घराणे

सेन घराणे हे ढाक्याचे म्हणजे त्या काळच्या बंगाल परगण्यातले व आजच्या बांगलादेश या लहानशा स्वतंत्र देशाच्या राजधानीचे गाव. तिथे सेन घराण्याचे

वडिलोपार्जित मोठे घर होते. अमर्त्यांचे वडील आशुतोष सेन हे ढाका विद्यापीठात रसायनशास्त्राचे प्राध्यापक होते. अमर्त्यांची आई अमिता सेन याही अत्यंत हुशार असून साहित्यिक व कवयित्री होत्या. त्यांचे वडील क्षितीमोहन सेनगुप्ता हे शांतीनिकेतनमधील विश्वभारतीत संस्कृतचे गाढे पंडित असून तिथे संस्कृत व प्राचीन मध्ययुगीन भारतीय संस्कृती शिकवत असत. वडिलांचा विद्वत्तेचा वारसा त्यांच्या मुलीकडे – अमर्त्यांच्या आईकडे आला व तो अमर्त्यांमध्ये उतरला व अशा रीतीने पितृघराण्याकडून आलेला बुद्धिमत्तेचा वारसा मातृघराण्यातून आलेल्या विद्वत्तेने अधिक समृद्ध होऊन अमर्त्यांनी सेन घराणे अधिक वरच्या उंचीवर नेले.

बालपण आणि शिक्षण

अमर्त्यांचे बालपण प्रामुख्याने ढाक्यातच गेले. वयाच्या तिसऱ्या वर्षापासून ते सहाव्या पर्यंतचे बालपण ब्रह्मदेशात मंडाले येथे गेले. कारण त्यांच्या वडिलांना तिथे व्हिजिटिंग प्रोफेसर म्हणून नेमणूक मिळाली होती. तिथून परतल्यावर सेंट ग्रेगॉरी या शाळेत त्यांचे काहीसे प्राथमिक शिक्षण झाले. लवकरच तिथून ते प्राथमिक व माध्यमिक शिक्षणासाठी शांतीनिकेतनमध्ये टागोरांच्या शाळेत गेले आणि तिथेच त्यांना शिक्षणाची गोडी लागली व संस्कार झाले. तिथेच त्यांची वाचन, मनन आणि लिखाण यांची सवय जोपासली गेली. तसेच लहानपणापासून त्यांना गणिताची गोडी होती. शांतीनिकेतनच्या शाळेत त्यांना गणितात चांगलीच गती आली व प्रभुत्व प्राप्त झाले. त्यांच्यात गणिताची पक्की पायाभरणी झाली. याचा उपयोग पुढे त्यांना अर्थशास्त्रात नव्याने विकसित झालेल्या गणिती अर्थशास्त्र (mathematical Economics) आणि अर्थमिती (Econometrics) यावर प्रभुत्व मिळविण्यासाठी झाला. शांतीनिकेतनमधील शिक्षण हे अगदी वेगळ्या पद्धतीचे शिक्षण होते. ते नेहमीसारखे परीक्षार्थी व स्पर्धात्मक पद्धतीचे नसून ज्ञानार्थी आणि संस्कारात्मक होते. त्यामुळे अमर्त्य सेनांचा दृष्टीकोन खूपच विशाल व विश्लेषक झाला.

माध्यमिक शिक्षणानंतर सेन यांचे महाविद्यालयीन शिक्षण शांतीनिकेतनमध्ये विश्वभारती महाविद्यालयात इंटरपर्यंत झाले आणि त्यानंतर पदवी शिक्षण घेण्यासाठी १९५१मध्ये ते कलकत्यास गेले व तेथील प्रसिद्ध प्रेसिडेंसी कॉलेजमध्ये त्यांनी प्रवेश घेतला. तिथून ते १९५३मध्ये बी.ए. झाले. त्यानंतर त्यांनी इंग्लंडमध्ये शिक्षणासाठी जाण्याचे ठरवले व तेथे केंब्रिजमधील ट्रिनिटी कॉलेजात प्रवेश घेतला. त्यांनी भारतातून जरी बी.ए. पदवी घेतली असली तरी त्यांचा संपूर्ण अर्थशास्त्र हा विषय नव्हता तर

अर्थशास्त्र (मुख्य) आणि गणित असे दोन होते. त्यामुळे त्यांना संपूर्ण अर्थशास्त्रात पदवी घेण्यासाठी बी.ए.च्याच वर्गात प्रवेश देण्यात आला व दोन वर्षात म्हणजे १९५५त त्यांनी ती पदवी मिळवली आणि तीदेखील इतक्या उज्ज्वल यशाने की त्यात त्यांना ट्रिपॉस मिळाला. – ट्रिपॉस म्हणजे केंब्रिज विद्यापीठाच्या परीक्षेत प्रथम श्रेणीत ऑनर्स मिळवला की त्याला ट्रिपॉस म्हणतात व असे यश सर्वोच्च श्रेणीचे मानले जाते.

हे यश मिळविल्यानंतर लगेच त्यांनी १९५५मध्ये पीएच्. डी.साठी केंब्रिज विद्यापीठात नाव नोंदवले. त्यांचा संशोधनाचा व प्रबंधाचा विषय होता (The Choice of Technique) आणि मार्गदर्शक म्हणून प्रसिद्ध अर्थशास्त्रज्ञ जोन रॉबिनसन. त्यांच्या जोडीला मॉरिस डॉब हे मार्क्सवादी अर्थशास्त्रज्ञ हेही त्यांना मार्गदर्शन करीत होते. एक वर्षभर या विषयावर संशोधनात्मक अभ्यास केल्यावर त्यांना विषयाचा संपूर्ण अवाका व आकलन आले आणि आपण लवकरच प्रबंध पूर्ण करू असा विश्वास त्यांना वाटू लागला. परंतु केंब्रिज विद्यापीठाच्या नियमानुसार तीन वर्षांच्या आत प्रबंध सादर करता येत नाही. म्हणजे अमर्त्यांना १९५८ पूर्वी तो सादर करता आलाच नसता. त्यांना कलकत्त्याची व आपल्या आईची व घराची एवढी ओढ लागली की त्यांनी १९५६मध्ये केंब्रिजमधून दोन वर्षांची रजा घ्यायची ठरविले व तसा अर्ज दिला. त्यांची रजा मंजूर झाल्याबरोबर ते भारतात आले. वर्षभरात आपला प्रबंध पूर्ण केला. पण त्यांना १९५८ पर्यंत तो सादर करता येणार नव्हताच. दरम्यान त्यांनी ट्रिनिटी कॉलेजच्या फेलोशिपसाठी जी स्पर्धा परीक्षा होती त्यासाठी आपला तो प्रबंध १९५७ मध्ये पाठवला. त्यांच्या प्रबंधाची निवड करण्यात आली व त्यांना फेलोशिप देण्यात आली व ते १९५७मध्ये केंब्रिजला परत आले व त्यांच्या कॉलेजमध्ये फेलो म्हणून रुजू झाले. ही फेलोशिप चार वर्षांसाठी होती व त्या काळात त्यांना त्यांच्या आवडीचे काम वा अभ्यास करण्याची मुभा होती. सेन यांनी तत्त्वज्ञान– नैतिक आणि राजकीय – या विषयाच्या अभ्यासाला वाहून घेतले. त्यांचा प्रबंध तीन वर्षांच्या मुदतीनंतर विद्यापीठाला दिला गेला व त्यांना १९५८–५९मध्ये पीएच्.डी. पदवी मिळाली. म्हणजे वयाच्या पंचविशीतच त्यांनी ही सर्वोच्च पदवी मिळविली.

कौटुंबिक

आशुतोष सेन (अमर्त्यांचे वडील) कुटुंब मर्यादितच होते. आशुतोष–अमिता यांना दोनच अपत्ये – मुलगा अमर्त्य आणि मुलगी सुपर्णा दत्त. प्रा. आशुतोष यांचे १९७१ मध्ये निधन झाले. आजारपणात अंथरूणावर असताना ते पत्नीला म्हणाले

होते की, ''आपल्या बबलूला (अमर्त्यांचे घरगुती टोपण नाव) नोबेल पारितोषिक मिळेल पण ते पाहणे माझ्या नशिबी नाही.''

अमर्त्य सेन यांचा विवाह नवनीता देव यांच्याशी झाला. त्या स्वत: अत्यंत चांगल्या व लोकप्रिय कवयित्री, समीक्षक, कादंबरीकार आणि लघुकथाकार आहेत आणि बंगाली साहित्यात त्यांचे योगदान मोठे आहे. त्या कलकत्त्याच्या जादवपूर विद्यापीठात प्राध्यापक म्हणून नोकरी करत असत. अमर्त्य व नवनीता यांना दोन मुली – अंतरा आणि नंदना. नवनीतांना दम्याचा त्रास होता व त्यामुळे त्यांच्या नेहमी तब्येतीच्या तक्रारी असत. १९७१मध्ये अमर्त्यांनी दिल्ली सोडून लंडनला जायचं व स्थायिक व्हायचे ठरविले. त्यामागे एक कारण असे होते की, पत्नीला तेथील हवा मानवेल व त्यांची प्रकृती सुधारेल. परंतु झाले भलतेच. ते सर्वजण लंडनला आल्यानंतर थोड्याच दिवसात त्या दोहोंमध्ये काही मतभेद झाले व त्याची परिणती घटस्फोटात झाली व नवनीता भारतात परत गेल्या व जादवपूर विद्यापीठात प्राध्यापक म्हणून लागल्या.

१९७३मध्ये अमर्त्यांनी इव्हा कोलोर्नी यांच्याशी विवाह केला. त्यांचा संसार जेमतेम बारा वर्षे होत नाही तोच कोलोर्नी यांना कर्करोग झाला व त्यातच त्या १९८५मध्ये एकाएकी गेल्या. अमर्त्य–कोलोर्नी याना दोन अपत्ये आहेत. मुलगी इंद्राणी (जन्म १९७५) आणि मुलगा कबीर (जन्म १९७७)

त्यानंतर काही वर्षांनी अमर्त्य केंब्रिजच्या किंग्ज कॉलेजमध्ये प्राध्यापिका असलेल्या एय्या रॉथस्चाइल्ड यांच्याशी विवाहबद्ध झाले.

कारकीर्द

ट्रिनिटीतली आपली सहा वर्षांची फेलोशिप पूर्ण केल्यावर १९६३मध्ये ते भारतात परत आले आणि १९६३ ते १९७१ अशी आठ वर्षे त्यांनी दिल्ली स्कूल ऑफ इकॉनॉमिक्समध्ये प्राध्यापक म्हणून काम केले. १९७१ मध्ये ते इंग्लंडला परत गेले आणि तिथे त्यांनी लंडन स्कूल ऑफ इकॉनॉमिक्समध्ये सहा वर्षे प्राध्यापक म्हणून नोकरी केल्यावर १९७७मध्ये ऑक्सफर्डच्या नफिल महाविद्यालयात तीन वर्षे प्राध्यापकपद सांभाळले. १९८० मध्ये ऑक्सफर्ड विद्यापीठाने त्यांची 'ड्र्युमाँड प्रोफेसर ऑफ इकॉनॉमिक्स' या मानाच्या पदावर त्यांची नियुक्ती केली. १९८७पर्यंत हे पद सांभाळल्यानंतर ते अमेरिकेत गेले. कारण तेथील हार्वर्ड विद्यापीठाने त्यांची लॅमाँट प्रोफेसर ॲफ इकॉनॉमिक्स ॲण्ड फिलॉसॉफी म्हणून नेमणूक केली. हे पद ११ वर्षे

सांभाळल्यावर १९९८मध्ये इंग्लंडमधील ते विद्यार्थी असलेल्या ट्रिनिटी महाविद्यालयाचे 'मास्टर' (म्हणजे सर्वेसर्वा प्रमुख) नेमणूक केली. याच वर्षी ऑक्टोबरमध्ये त्यांना नोबेल पारितोषिक जाहीर झाले व वर सांगितल्याप्रमाणे १० डिसेंबरला स्टॉकहोम (स्वीडन) येथे बहाल करण्यात आले.

कल्याणाचे अर्थशास्त्र

यापूर्वी म्हटल्याप्रमाणे सेन यांचा अर्थशास्त्रातील विविध विषय आणि शाखा यांच्या अभ्यासाचा आवाका फार मोठा आहे आणि त्यातील योगदानही मौलिक आहे. परंतु या सर्व योगदानापैकी त्यांचे कल्याणकारी अर्थशास्त्रातील योगदान नोबेल निवड समितीला सर्वात मोलाचे वाटले आणि त्याबद्दल त्यांना हे पारितोषिक देण्यात आले. त्यामुळे सेन यांचे याबाबतचे विचार थोडक्यात समजावून घेणे महत्त्वाचे आहे. कल्याणाच्या अर्थशास्त्रातील मूलभूत समस्यांवरील संशोधनाला अनेक महत्त्वाच्या बाबतीत सेन यांनी योगदान केले आहे. यात चार मुद्यांचा प्रामुख्याने समावेश आहे. (१) सामाजिक निवडीचा सिद्धान्त (२) दारिद्र्याचे निर्देशांक (३) कल्याणाचे निर्देशक आणि (४) दुष्काळाचे विश्लेषण. यापैकी सामाजिक निवडीच्या सिद्धान्ताबाबतचे त्यांचे विश्लेषण त्यांच्या १९७१च्या 'Collective Choice and Social Welfare' या ग्रंथात त्यांनी केले आहे. ॲरो समस्या आणि ॲरो याचा अशक्यता सिद्धान्त यांचे विश्लेषण करून सेन यांनी असे दाखवून दिले आहे की, काही विशिष्ट परिस्थितीत काही अटी पूर्ण केल्या तर लोकशाही चौकटीत व्यक्तिस्वातंत्र्य व व्यक्तींचे हक्क अबाधित ठेवून देखील व्यक्तींच्या निवडीवरून / पसंतीवरून सर्व समाजाची सामूहिक निवड/पसंती/निर्णय ठरविता येणे शक्य आहे. त्यासाठी ॲरो म्हणतात त्याप्रमाणे हुकूमशहाची निवड हीच सर्व समाजाची निवड आहे असे मानणे आणि व्यक्तिस्वातंत्र्य व व्यक्तीचे हक्क यांची हुकूमशहाच्या टाचेखाली पायमल्ली होऊ देणे याची काही आवश्यकता नाही. ॲरो यांच्या अशक्यता सिद्धान्ताने अर्थशाास्त्रातील आदर्शवादी अर्थशास्त्राच्या शाखेच्या (normative branch of economics) प्रगतीत फार मोठी धोंड निर्माण केली होती. ती सेन यांच्या विश्लेषणाने दूर झाली. त्यामुळेच सामाजिक निवडीच्या सिद्धान्ताची तत्त्वे अधिक समृद्ध झाली. १९७१च्या या त्यांच्या ग्रंथात त्यांनी बहुमताचा नियम, व्यक्तिमात्राचे हक्क आणि व्यक्तीचे कल्याण यासारख्या समस्यांचा ऊहापोह केला असून त्यातील तत्त्वज्ञानानुवर्ती प्रकरणांनी आदर्शानुसार समस्यांच्या आर्थिक विश्लेषणाला एक नवीन दिशा दिली आहे.

दारिद्र्य व कल्याणाचे निर्देशांक

दारिद्र्य व कल्याणाचे निर्देशांक निश्चित करण्याचे फार मोठे योगदान सेन यांनी केले. असे निर्देशांक दोन दृष्टींनी महत्त्वाचे असतात. एक म्हणजे, देशांतर्गत विविध समाजगटांत दारिद्र्याचे प्रमाण आणि कल्याणाचे व उत्पन्नाचे वाटप कसे आहे, त्यात कसे बदल झाले आहेत यांचा अभ्यास करण्यासाठी असे निर्देशांक उपयुक्त असतात. दुसरे असे की, निरनिराळ्या देशांमध्ये दारिद्र्याचे प्रमाण किती आहे, कल्याणाचे प्रमाण कसे आहे याबाबतची तुलना करण्याच्या दृष्टीनेही त्यांचा उपयोग होत असतो. याशिवाय दारिद्र्य कमी करून समाजाच्या कल्याणात वाढ करण्यासाठी योग्य अशी धोरणे आखण्यासाठीदेखील हे निर्देशांक मार्गदर्शक ठरत असतात. असे निर्देशांक तयार करणे म्हणजे सामाजिक निवडीच्या सिद्धान्ताच्या प्रत्यक्ष प्रायोजनाचाच (application) एक महत्त्वाचा भाग असतो. अमर्त्य सेन, ॲटकिन्सन आणि सर्ज कामे या तिघांनी असे निर्देशांक तयार करण्याच्या बाबतीत बरेच परिश्रम घेतले आणि बरेच काही साध्य केले. त्यांनी लॉरेंझ वक्र (ज्यावरून उत्पन्न वाटप स्पष्ट होते.) गिनी सहगुणक (ज्यावरून उत्पन्न विषमतेचे प्रमाण मोजता येते.) आणि समाजातील उत्पन्न वाटपाची क्रमवारी (ordering) या तीन गोष्टींमधील संबंध आपल्या अभ्यासातून स्पष्ट केले. त्यामुळे असे निर्देशांक तयार करणे सुलभ झाले. पुढे सेन यांनी स्वत: दारिद्र्याचे निर्देशांक व कल्याणाचे इतर निर्देशांक निश्चित करून मांडले आणि हे त्यांचे कार्य फार मोलाचे ठरले.

दारिद्र्याचा निर्देशांक

दारिद्र्याचा सर्वसाधारण मापक (measure) म्हणजे दारिद्र्य रेषेखाली असलेल्या लोकसंख्येचे प्रमाण होय.परंतु हा निर्देशांक तसा सदोष व अपूर्ण आहे. त्यावरून दारिद्र्य रेषेखालील लोकांमध्ये दारिद्र्याचे प्रमाण कसे आहे याचा बोध होत नाही. तसेच या निर्देशांकानुसार समाजातील गरिबातील गरीब गटांच्या उत्पन्नात एकदम मोठी वाढ घडवून आणली तरी दारिद्र्य रेषेखालील लोकांचे प्रमाण कमी होईलच असे नाही. या उणिवा दूर करण्यासाठी सेन यांनी पाच स्वयंसिद्ध तत्त्वाच्या (axioms) आधारे पुढीलप्रमाणे दारिद्र्य निर्देशांक तयार केला.

$$P = H [I + (1 - I) G]$$

या समीकरणात P = दारिद्र्याचे प्रमाण, H म्हणजे दारिद्र्य रेषेखालील लोकसंख्येचे प्रमाण, I म्हणजे उत्पन्नातील तफावत व G म्हणजे गिनीसहगुणक.

हा निर्देशांक केव्हा आणि कसा वापरावा हेही त्यांनी स्पष्ट केले आणि तुलनेसाठी देखील त्याचा वापर करता येईल याची ग्वाही दिली. अगदी गरीब देशांमध्येही, की जेथे माहिती आणि आकडेवारी अपुरी, साशंक असते किंवा प्रश्नात्मक (Problematic) असते तेथेसुद्धा, या निर्देशांकाचा वापर करता येईल. सेन यांचा हा निर्देशांक पुढे इतका मान्यता पावला की त्याचा इतर अनेकांनी उपयोग केला.

कल्याणाचे निर्देशक

कल्याणाचे विविध पर्यायी निर्देशक सध्या अस्तित्वात असूनही सेन यांनी स्वत:चे पर्यायी निर्देशक तयार केले याचे कारण असे की आज सर्वसामान्यपणाने उपयोगात आणले जाणारे दरडोई उत्पन्नासारखे निर्देशक केवळ साधारण परिस्थिती विचारात घेतात. परिणामी निरनिराळ्या समाजाच्या कल्याणाची तुलना करणे अडचणीचे होते. त्यामुळे सेन यांनी कल्याणाचे असे पर्यायी निर्देशक तयार केले की जे समाजातील उत्पन्न वाटपही लक्षात घेतात. त्यापैकी एक निर्देशक असे : Y u (१-G) यात Y= दरडोई उत्पन्न, G = गिनी सहगुणक आहेत आणि u = प्रमाद संज्ञा. कल्याणाचे पर्यायी निर्देशक तयार करताना सेन यांनी एक वेगळा व नवा दृष्टिकोन मांडला. वस्तूंमुळे केवळ वस्तू म्हणून कल्याणाची निर्मिती होत नसते तर ज्या विशिष्ट अर्थप्रक्रियेसाठी (economic activity) त्या मिळविल्या जातात त्यातून कल्याणाची निर्मिती होत असते. या दृष्टिकोनानुसार, उत्पन्नामुळे संधी निर्माण होतात म्हणून उत्पन्नाला महत्त्व आहे. या अशा संधींनाच सेन यांनी 'क्षमता' (Capabilities) म्हटले आहे. अशा प्रत्यक्ष प्राप्त होणाऱ्या संधी किंवा माणसात निर्माण होणारी क्षमता उत्पन्नाबरोबरच आरोग्य, शिक्षण यासारख्या इतर घटकांवरही अवलंबून असतात. त्यामुळे कल्याणाचे निर्देशक तयार करताना आणि कल्याणाचे मोजमाप करताना इतर घटकदेखील लक्षात घेणे आवश्यक आहे. सेन यांच्या या नव्या दृष्टिकोनाचा एवढा प्रभाव पडला की, यूनोने त्याचा अवलंब केला. 'United Nations Development Programme' तर्फे दरवर्षी जो मानवी विकास निर्देशांक तयार केला जातो आणि त्यांच्या वार्षिक 'Human Development Report' मध्ये प्रसिद्ध केला जातो तो केवळ उत्पन्न विचारात घेऊन तयार न करता सेन यांनी सांगितलेले आरोग्य, शिक्षण इत्यादी घटक लक्षात घेऊन तयार केला जात आहे. त्यामुळेच यूनोच्या या निर्देशांकाला वस्तुनिष्ठता आणि विश्वासार्हता लाभली आहे.

दुष्काळाचे विश्लेषण

सेन यांनी दुष्काळाची मीमांसा त्यांच्या 'Poverty and Famines' (१९८१) या ग्रंथात सविस्तरपणे केली अहे. हे त्यांचे विश्लेषण १९४० नंतरच्या भारत (बंगाल) आणि सहारा देश यातील भीषण दुष्काळांच्या अनुभवनिष्ठ (empirical) अभ्यासावर आधारित असल्याने वस्तुनिष्ठ आहे. या लेखात मांडलेल्या सेन यांच्या मीमांसेची व उपाययोजनांची पुनरुक्ती न करता त्यांच्या दोनच मुद्यांचा उल्लेख करतो. एक म्हणजे, देशातील दुष्काळी व उपासमारीच्या परिस्थितीचे यथायोग्य आकलन होण्यासाठी केवळ अन्नधान्याचा पुरवठा किंवा उपलब्धता या एकाच घटकाचा विचार न करता समाजातील विविध गटांवर परिणाम करणाऱ्या विविध सामाजिक आणि आर्थिक घटकांचे सखोल विश्लेषण करणे जरूरीचे आहे यावर सेन यांनी आपल्या ग्रंथात भर दिला आहे, कारण हे घटकच त्या गटांना मिळणाऱ्या संधी, त्यांची क्षमता ठरवीत असतात आणि दुष्काळ व उपासमारीतून बाहेर पडण्याचे त्यांचे सामर्थ्य ठरवीत असतात. दुसरा मुद्दा म्हणजे, अशा दुष्काळी व उपासमारीच्या परिस्थितीत सरकारने केवळ बघ्याची भूमिका न घेता किंवा केवळ जुजबी उपाययोजना न करता भक्कम अशी सरकारी उपाययोजना केली पाहिजे. त्यासाठी विरोधी पक्षांनी व प्रसारमाध्यमांनी सरकारवर जबरदस्त दडपण आणून त्याला गरिबांचे अन्नधान्यावरचेच काय पण स्वतःच्या जीवनावरचेही हक्कदायित्व प्राप्त करून देणारी उपाययोजना करण्यास भाग पाडले पाहिजे. मग अर्थव्यवस्थेने कितीही खुलेपणाचे, उदारपणाचे, जागतिकीकरणाचे धोरण स्वीकारलेले असले तरीही !

कल्याणकारी उपाययोजना

सेन यांनी मानवी कल्याणासाठी अनेक उपाय सुचविले आहेत. सर्वसामान्यांच्या आरोग्याकडे लक्ष पुरवून त्यांच्या आरोग्याची पातळी उंचावणे, निरक्षरता घालवून शिक्षणाचा सार्वत्रिक प्रसार करणे, स्त्री-पुरुष भेदभाव नष्ट करून स्त्रियांना पुरुषांच्या बरोबरीने शिक्षणाच्या व इतर संधी मिळवून देणे. जमीन सुधारणांचा कार्यक्रम राबवून शेती कार्यदक्ष करणे, इत्यादींचा त्यात समावेश आहे.त्यांच्या या उपाययोजनांबाबत दुमत होण्याचे कारण नाही. त्या साक्षेपाने आणि प्रामाणिकपणे राबविल्या तर मानवी कल्याण खरोखरच फार दूर नाही.

सेन विचारसरणीतील टीका

सेन यांच्या कल्याणकारी विचारसरणीवर प्रामुख्याने तीन आक्षेप घेऊन टीका केली जाते. पहिला आक्षेप असा की, सेन यांनी लोकशाहीवर नको तेवढा विश्वास ठेवला आहे, इतका की जणू लोकशाहीत दारिद्र्य, दुष्काळ, उपासमार होऊच शकणार नाही. प्रत्यक्षात मात्र लोकशाहीतच ही संकटे व मानवी अकल्याण झालेले दिसून येते. परंतु हा आक्षेप सेन यांच्या लोकशाहीच्या आग्रहाचा अन्वयार्थ चुकीचा लावण्यातून निर्माण झाला आहे.सेन यांचा लोकशाहीचा आग्रह अशासाठी आहे की, लोकशाही सरकारवर विविध मार्गांनी दबाब आणून कल्याणकारी धोरणे अंमलात आणता तरी येतात. हुकुमशाहीत ही दारेच नसतात, असली तरी कायमची बंद असतात. दुसरा आक्षेप असा घेतला जातो की, सेन यांनी सार्वजनिक उपाययोजनांवर वाजवीपेक्षा अधिक भर देऊन सरकारकडून अवाजवी अपेक्षा केल्या आहेत. पण अशा अपेक्षांत गैर काही नाही. कारण दारिद्र्य, बेकारी आणि दुष्काळ यासारख्या परिस्थितीत त्यांचे उच्चाटन करण्यासाठी उपाययोजना करणे हे आधुनिक कल्याणकारी राज्याच्या कल्याणकारी शासनाचे अटळ असे कर्तव्यच आहे. शिवाय अशा उपाययोजना खर्चिक आणि कोणत्याही प्रकारचा पैशातील मोबदला मिळवून देणाऱ्या नसल्याने खाजगी क्षेत्र त्यावर खर्च करून त्या अमलात आणावयाला पुढे येणे शक्य नाही. त्या लोकशाही शासनसंस्थेनेच हाती घेणे आवश्यक आहे. तिसरा आक्षेप बंगालमधील अर्थतज्ज्ञ व बंगालचे माजी अर्थमंत्री अशोक मित्रा यांनी घेतला आहे. त्यांच्या मते सेन यांनी दुष्काळ आणि उपासमार याविरुद्ध सांगितलेल्या उपाययोजनांत नवीन असे काही नाही. या तर आमच्या आज्या-पणज्यांनाही माहीत होत्या. या आक्षेपात तसा काही अर्थ नाही. कारण एक तर आज्या-पणज्या सरकार होऊ शकत असल्या तर त्यांनी निश्चितच चांगले सरकार दिले असते, पण त्या सरकार होऊ शकत नाहीत. दुसरे असे की, आज्या-पणज्यांना जे उपाय माहीत होते ते आजच्या सरकारला माहीत नाहीत. त्यामुळे त्यांना माहीत करून देणे आणि अमलात आणावयाला सांगणे यात सेन यांनी काही गैर केले नाही.

उपसंहार

अमर्त्य सेन यांच्या संशोधनातील नावीन्य दोन गोष्टीत आहे. एक तर त्यांनी कल्याणाच्या अर्थशास्त्राला एक नवा अर्थ, एक नवी दिशा दिली आणि दुसरे म्हणजे

त्या शास्त्राला तात्त्विक आणि नैतिक अधिष्ठान प्राप्त करून दिले. समाजरचनेच्या उतरंडीतील अगदी तळाशी असलेल्या दारिद्र्य, बेकारी, उपासमार यांच्या गर्तेत व अंध:कारात वर्षानुवर्षे खितपत पडलेल्या मनुष्य नावाच्या प्राण्याबद्दल कल्याणाच्या अर्थशास्त्राला पाझर फुटला आणि त्याने प्रकाशाचा एक किरण, निदान, कवडसा तरी त्याच्यापर्यंत पोहोचवून त्याचे जीवन उजळविले तरी त्या शास्त्राने आपले नाव सार्थ केल्यासारखे होईल. सेन यांचे योगदान हे आहे की त्यांनी या अर्थशास्त्राला हा मानवी चेहरा दिला आणि म्हणूनच मानवतावादी अर्थशास्त्रज्ञ म्हणून गौरव मिळविला.

❑

अमर्त्य सेन यांची ग्रंथसंपदा

1. *Choice of Techniques*, Basil Blackwell, Oxford, 1960, 1962, 1968: Oxford University Press, Bombay, 1962. Spanish translation, Mexico city, 1969.
2. *Collective Choice and Social Welfare*, Holden Day, San Francisco, 1970: Oliver and Boyd, Edinburgh, 1971: North-Holland, Amsterdam, 1979. Swedish translation : Bokforlaget Thales, 1988.
3. *Growth Economics* (ed.), Penguin Books, Harmonds worth, 1970.
4. *Guidelines for Project Evaluation,* jointly with P. Dasgupta and S. A. Marglin, UNIDO, United Nations, New York, 1972.
5. *On Economic Inequality,* Clarendon Press, Oxford, 1973: W.W. Norton, New York, 1975. German translation: Campus, 1975; Japanese translation: Nihon-Keizai-Shinbun-sha, 1977; Spanish translation: Editorial Critica, 1979; Yugoslav translation : Cekade, 1984.
6. *Employment, Technology, and Development,* Clarendon Press, Oxford, 1975; Oxford University Press, New York, 1975; Oxford University Press; New Delhi, 1976.
7. *Poverty and Famines:* An Essay on Entitlement and Deprivation, Clarendon Press, Oxford, 1981; Oxford University Press, New York, 1981, Oxford University Press New Delhi, 1882.
8. *Utilitarianism and Beyond*, jointly edited with Bernard Williams, Cambridge University Press, 1982; Cambridge University Press, New York, 1982, Italian translation: II Saggiatore, 1984.
9. *Choice, Welfare and Measurement*, Basil Blackwell, Oxford, 1982; MIT Press Cambridge, Mass, 1982; Oxford University Press, New Delhi, 1983, Italian translation: II Mulino, 1986.
10. *Resources, Values and Development,* Basil Blackwell, Oxford, 1984; Harvard University Press, Cambridge, Mass., 1984; Oxford University Press, New Delhi, 1985.

11. *Commodities and Capabilities,* North-Holland, Amsterdam, 1985; Oxford University Press, New Delhi, 1987. Japanese translation: Iwanami Shoten, 1988; Italian translation: Gluffre Editore, 1988.
12. *The Standard of Living,* Tanner Lectures with discussions, edited by G. Hawthorne, Cambridge University Press, 1987.
13. On Ethics and Economics, Basil Blackwell, Oxford and New York, 1987; Oxford University Press, New Ddelhi, 1990, Italian translation: Editori Laterza, 1988; Spanish translation: Alianze Editorial, 1987.
14. *Hunger and Public Action,* with Jean Dreze, Clarendon Press, Oxford, 1989.
15. T*he Political Economy of Hunger,* in 3 Vols., jointly edited with Jean Dreze, Clarendon Press, Oxford, 1990 and 1991.
16. *Inequality Re-examined, Clarendon Press,* Oxford, 1992; Russell Sage Foundation, New York, 1992; Harvard University Press, Cambridge, Mass., 1992.
17. *The Quality of Life*, jointly deited with Martha Nussbaum, Clarendon Press, Oxford, 1993.
18. *India Economic Developement and Social Opportunities,* with Jean Dreze, Oxford University Press, 1995.
19. *The Political Economy of Hunger* with Jean Dreze and Athar Hussan, of Oxford University Press, 1995.
20. *Development as Freedom*, Oxford University Press, Oxford, 1999.
21. *Reason Before Identity* (The Romances Lecture for 1998.) Oxford, Oxford University Press, 1999.
22. *Freedom, Rationality and Social Choice,* The Arrow Lecture and other essays, 2000.
23. *Rationality and Freedom,* Harvard Belknap Press, 2002.
24. *Freedom and Justice* (a companion volume), 2002
25. *The Arjumentative Indian*, London, Allen Lane, 2005.
26. Identity and Violence : The Illusion of Destiny, New York W & W Norton, 2006.

अमर्त्य सेन यांचे प्रमुख विशेष लेख

1. 'Alternating Pattern of Growth under Condition of Sugar Export Earnings' (with K.N. Raj), Oxford Economic Papers.
2. The Impossibility of a Paretian Liberal (1970), Journal of Political Economy, January-Febuary.
3. 'Starvation of Exchange Entitlements : A General Approach and its Application to the Great Bengal Famine' (1977), Cambridge Journal of Economics,1(1), pp. 33-39.
4. 'Development Economics is not Dead' (1985), Economic Journal.
5. 'A Possibility Theorem on Majority Decisions (1966), Economica.
6. 'On some debates in Capital Theory' in Ashok Mitra (ed) (1974), Economic Theory and Planning, Oxford.
7. 'Rational Fools' (1977), Philosophy and Public Affairs.
8. 'Isolation, Assurance and the Social Rate of Discount (1967), Quarterly Journal of Economics.
9. 'An Aspect of Indian Agriculture (1962), The Econimic Weekly.
10. 'On Optimising the Rate of Saving' (1961), Economic Journal.
11. 'Necessary and Sufficient Conditions for Rational Choice under Majority Decision (with Pattanaik P. K.) (1969), Journal of Economic Theory.
12. 'On Interpreting India's Past' in Sujata Bose and Ayesha Jalal (eds.) Nationalism, Democracy, Development. Oxford.

◆ ◆ ◆

२
नोबल नोबेल १९९९ - रॉबर्ट ए. मुंडेल

रॉबर्ट मुंडेल

१९९९ च्या अर्थशास्त्रातील नोबेल पुरस्कारासाठी स्वीडनच्या सायन्स ॲकॅडमीने अमेरिकेतील न्यूयॉर्कमधील कोलंबिया विद्यापीठातील प्रा. डॉ. रॉबर्ट ए. मुंडेल (Robert A. Mundell) यांची निवड केली आहे. त्यांच्या गौरवपत्रात त्यांनी एका वाक्यात त्यांच्या नोबेलजोग्या समृद्ध संशोधन कार्याचा उल्लेख करताना म्हटले आहे की विविध विनिमय दरपद्धतींमधील चलनविषयक आणि राजकोषीय धोरणाच्या त्यांच्या विश्लेषणाबद्दल आणि इष्टतम चलन क्षेत्रांच्या विश्लेषणाबद्दल त्यांना हा पुरस्कार देण्यात येत आहे. ('for his analysis of monetary and and fiscal policy under different exchange rate regimes and his analysis of optimum currency areas')

मुंडेल यांचे या तीन विषयांवरचे संशोधनपर कार्य आणि लिखाण काही दशकांपूर्वीचे आहे. या तीन विषयांचा उल्लेख वर दिलेल्या गौरवपत्रात आहे व ते म्हणजे (१) विविध विनियम दर पद्धती (२) चलनविषयक आणि राजकोषीय धोरण आणि (३) इष्टतम चलन क्षेत्रे. ते संशोधन व त्यातून मुंडेल यांनी केलेले योगदान

इतके अप्रतिम आहे की त्यामुळे या तीनही विषयांच्या बाबतीतल्या आर्थिक धोरणांना व्यावहारिक उपयोगांचे महत्त्व प्राप्त झालेले आहे.

मुंडेल यांची महत्त्वाची योगदाने ही १९६०च्या दशकातली आहेत. त्यांनी खुल्या अर्थव्यवस्थांसाठी अर्थशास्त्रीय सिद्धान्तांची फेर मांडणी केली. या दशकाच्या उत्तरार्धात ते शिकागो विद्यापीठातील निर्मितीक्षम संशोधनाचे तसेच व्यावहारिक-दृष्ट्या उपयुक्त अशा संशोधनाचे अग्रणी झाले आणि अनेक विद्यार्थ्यांना यशस्वी शोधक म्हणून त्यांनी घडवले.

रॉबर्ट मुंडेल – जीवनचरित्र

रॉबर्ट मुंडेल हे अमेरिकन नागरिक असून नोबेल पारितोषिक मिळाले त्यावेळी ते न्यूयॉर्कमधील कोलंबिया विद्यापीठात प्राध्यापक होते. त्यांचा जन्म १९३२ साली किंग्सटन, ऑंटरिओ (कॅनडा) येथे झाला. त्यांनी १९५३ मध्ये ब्रिटिश कोलंबिया विद्यापीठाची बी.ए. पदवी मिळविली. नंतर वॉशिंग्टन विद्यापीठातून १९५४ मध्ये एम्. ए. करून मॅसॅच्युसेटस् इन्स्टिट्यूट ऑफ टेक्नॉलॉजी (MIT) या संस्थेत संशोधनाचे काम करून १९५६ मध्ये डॉक्टरेट (पीएच्.डी) मिळवली. दरम्यान त्यांनी लंडन स्कूल ऑफ इकॉनॉमिक्स येथेही शिक्षण घेतले.१९५६–५७ या वर्षी त्यांना शिकागो विद्यापीठात 'धोरणाभिमुख अर्थव्यवस्था' या विषयासाठी पोस्ट–डॉक्टोरल शिष्यवृत्ती मिळाली. ते १९६१ मध्ये आंतरराष्ट्रीय नाणेनिधीवर ज्येष्ठ अर्थशास्त्रज्ञ म्हणून नेमले गेले. त्यापूर्वी स्टॅनफर्ड विद्यापीठ आणि जॉन हॉपकिन्स बोलोग्ना येथील उच्च आंतरराष्ट्रीय अभ्यास केंद्रात त्यांनी अध्यापनाचे कार्य केले. ते १९६६ ते ७१ या काळात शिकागो विद्यापीठात अर्थशास्त्राचे प्राध्यापक होते. याच सुमारास त्यांनी जर्नल ऑफ पोलिटिकल इकॉनॉमी या नियतकालिकाच्या संपादकपदाची धुरा वाहिली. १९६५ ते ७५ ही दहा वर्षे ते स्वित्झर्लंडमधील जिनेव्हा येथील ग्रॅज्युएट स्कूल ऑफ इंटर – नॅशनल स्टडीज् येथे प्राध्यापक म्हणून होते. त्यांचे लिखाण विपुल असून त्यांना आपल्या कारकीर्दीत अनेक ॲवॉर्डस् मिळाले. त्यांचे प्राध्यापकपद हे 'लीसी लॉवेल हॅरिस प्राध्यापक' या नामाभिधानाचे आहे.

स्थिरीकरणाचे धोरण व त्याचे परिणाम

मुंडेल यांचे अनेक संशोधनपर लेख १९६०च्या प्रारंभी प्रसिद्ध झाले. नंतर १९६८ साली प्रसिद्ध झालेल्या त्यांच्या International Economics या ग्रंथात त्यांचे पुनर्मुद्रण करण्यात आले. या लेखांमधून मुंडेल यांनी खुल्या अर्थव्यवस्थेतील

स्थिरीकरणाच्या धोरणाच्या संदर्भात पैसाविषयक आणि राजकोषीय धोरणाचे विश्लेषण केले आहे. १९६३च्या आपल्या प्रारंभीच्या लेखात त्यांनी खुल्या अर्थव्यवस्थेतील चलनविषयक व राजकोषीय धोरणांच्या परिणामांचा ऊहापोह केला आहे. स्थिरीकरणाच्या धोरणाच्या बाबतीत त्यांनी असे दाखवून दिले की अशा धोरणाचे परिणाम हे आंतरराष्ट्रीय भांडवलाच्या गतिमानतेच्या प्रमाणावर अवलंबून असतात आणि या संदर्भात विशेषत: योग्य विनिमयदर पद्धतीचे दूरगामी महत्त्व त्यांनी सप्रमाण दर्शवून दिले. जर विनिमयदर तरते (बदलते) व लवचिक असतील तर चलनविषयक धोरण प्रभावी ठरते आणि रोजकोषीय धोरण (Fiscal Policy) निष्प्रभ असते. याउलट विनिमयदर जर स्थिर (fixed) असतील तर राजकोषीय धोरण हे प्रभावी असते व चलनविषयक धोरण निष्प्रभ ठरते. मोठ्या प्रमाणावरील भांडवलाची गतिशीलता असून त्याचे स्थलांतर होत असलेल्या अर्थव्यवस्थांमध्ये स्थिर विनिमयदराच्या परिस्थितीत, देशी व्याजाचे दर आणि विदेशी व्याजदर परस्परांशी मिळतेजुळते राहतात. स्थिर विनिमयदर पद्धत प्रचलित असेल तर राष्ट्राच्या मध्यवर्ती बँकेने चलन बाजारात हस्तक्षेप करून देशातील प्रचलित विनिमय दर पद्धतीत परकीय चलनाची मागणी पूर्ण करण्याचा प्रयत्न केला तर तिचे पैशाच्या पुरवठ्यावर असलेले नियंत्रण कमी होईल. त्याचप्रमाणे स्वतंत्र रीतीने खुल्या बाजार व्यवहारांच्या (open market operations) द्वारे राष्ट्रीय चलनविषयक धोरण प्रत्यक्षात कार्यान्वित केल्यास त्याचा काहीच परिणाम होऊ शकणार नाही. या साधनामुळे व्याजदरावर तर परिणाम होणार नाहीच शिवाय विनिमयदरातही फेरफार होणार नाही. याच्या उलट सरकारच्या खर्चात वाढवा करून अथवा राजकोषीय धोरण उपयोगात आणून राष्ट्रीय उत्पन्न आणि अर्थव्यवस्थेतील आर्थिक उलाढाल वाढवता येईल. वाढत जाणारे व्याजदर अथवा विनिमय दर यांचा अडथळा दूर करून अर्थव्यवस्थेच्या वृद्धीला प्रेरणा देणे हे यामुळे शक्य आहे.

बदलत्या किंवा तरत्या विनिमयदर पद्धतीत मध्यवर्ती बँकही चलनविषय हस्तक्षेप करण्यापासून दूर राहत असल्यामुळे बाजार यंत्रणेचा सहभाग दराचे निर्धारण करण्यात प्रमुख असतो. राजकोषीय धोरणांतर्गत वाढत्या प्रमाणावरील सरकारी खर्च पैशाच्या मागणीची वाढ घडवून आणण्यास कारणीभूत ठरतो. त्यामुळे व्याजदराची प्रवृत्ती वाढण्याकडे होते. भांडवलाचा अंतरप्रवाह विनिमयदरात वाढ करण्यास मदतच करतो व निव्वळ निर्यात घटल्यास वाढत जाणाऱ्या सरकारी खर्चाचा संपूर्ण व्यापक परिणाम हा नष्ट होईल. तरत्या व लवचिक विनिमयदर पद्धतीत आर्थिक व्यवहार

अधिक प्रभावी करण्यासाठी चलनविषयक धोरण जास्त उपयुक्त ठरू शकेल. वाढत जाणाऱ्या पैशाच्या पुरवठ्यामुळे व्याजदर घटत जाऊन कमी होण्याकडे प्रवृत्त होतील आणि त्यामुळे भांडवलाचा देशाबाहेर जाणारा प्रवाह वाढून विनिमयदर शिथिल होऊ लागेल. परिणामी निर्यातीला चालना मिळेल व आर्थिक उलाढालीला चालना मिळायला लागेल. सध्याच्या काळात अनेक देशांमध्ये प्रचलित असलेल्या चलनाच्या पद्धतीचे यथार्थ वर्णन मुंडेल यांनी लवचिक किंवा तरते विनिमयदर व मोठ्या प्रमाणावरच्या भांडवल स्थलांतराच्या माध्यमाने केले. पण १९६०च्या सुरुवातीला या सर्व परिणामांचे विश्लेषण म्हणजे केवळ शिक्षणविषयक कुतूहल किंवा जिज्ञासा म्हणूनच मानले गेले असणार. बहुतेक सगळीच राष्ट्रे ब्रेटनवुडस् पद्धतीच्या स्थिर विनिमयदराने परस्परांशी जोडली गेली होती. आंतरराष्ट्रीय भांडवलाची गतिक्षमता अत्यंत धीमी होती. भांडवल व विनिमयदर यांच्यावरील नियंत्रणांच्या द्वारे त्यावर प्रतिबंध लादण्यात आले होते. पण १९५०मध्ये मुंडेल यांच्या राष्ट्राने – कॅनडाने आपले चलन अमेरिकन डॉलर संदर्भात तरते ठेवायला प्रारंभ केला व निर्बंध शिथिल व्हायला सुरुवात झाली. मुंडेल यांचे दूरदर्शी विश्लेषण त्या नंतरच्या दहा वर्षांत प्रत्यक्ष व्यवहाराशी अधिक सुसंगत वाटू लागले. दरम्यान आंतरराष्ट्रीय भांडवलबाजार मुक्त झाला व ब्रेटनवुडस् पद्धती खिळखिळी झाली. मुळातले मुंडेल-फ्लेमिंग मॉडेलच्या अर्थात निश्चितच काही मर्यादा होत्या. हे मॉडेल अल्पकालीन किंमत ताठरता व वित्तीय बाजरातील अपेक्षा अशा साध्या गृहितांवर उभारले होते. नंतर आलेल्या काही विचारवंतांनी यातील कमतरता थोड्या प्रमाणात दूर केली त्यातून मिळणाऱ्या निष्कर्षात महत्त्वपूर्ण बदल न होता साकलीय आर्थिक विश्लेषणात किंमत समायोजन व तर्कसंगत अपेक्षा समाविष्ट करता येतील असे त्यांनी दाखवून दिले.

मुंडेल फ्लेमिंग प्रतिमान

रॉबर्ट मुंडेल हे आंतरराष्ट्रीय नाणेनिधीवर १९६१मध्ये अर्थशास्त्रज्ञ म्हणून नेमले गेले. तेथे ते १९६५ पर्यंत होते. त्यावेळी मार्कस फ्लेमिंग हे तेथे संशोधन विभागाचे सदस्य होतेच, खुल्या अर्थव्यवस्थेत स्थिरीकरणाच्या धोरणावर ज्यावेळी मुंडेल यांनी आपले संशोधन मांडले, त्याच वेळी फ्लेमिंग यांनीही याच विषयावर आपलेही संशोधन मांडले. या दोहोंनी एकत्र बसून काही ते संशोधन केले नाही, तर स्वतंत्रपणाने केले व मांडले. परंतु दोहोंच्या संशोधनात व विचारात पुष्कळसे साधर्म्य असल्याने आजच्या अर्थशास्त्रावरील क्रमिक पुस्तकांमध्ये मुंडेल-फ्लेमिंग प्रतिमान असा उल्लेख केला जातो. तरी पण संशोधनातील व्याप्ती, खोली आणि विश्लेषण या सर्वच दृष्टीने मुंडेल यांचे योगदान उच्च प्रतीचे आहे.

मुळातच मुंडेल–फ्लेमिंग मॉडेलच्या मर्यादा होत्या. कारण त्यात काही त्रुटी किंवा उणिवा होत्या. उदाहरणार्थ, त्यात वित्तीय बाजारपेठेतील अपेक्षांबाबत फारच साधी–सोपी गृहिते धरली होती. अर्थात त्या वेळच्या सर्वच समष्टी अर्थशास्त्रीय विश्लेषणात अशीच गृहित धरली जात होती. दुसरे म्हणजे अल्पकालावधीसाठी किंमत ताठरता गृहित धरली जात होती. या उणिवा नंतरच्या संशोधकांनी सुधारून घेतल्या व विश्लेषणात ताठर किंमती न धरता किंमतीतील मिळतेजुळतेपणा (adjustability) मान्य केला; तसेच विवेकी अपेक्षांचाही समावेश विश्लेषणात केला व निघणाऱ्या निष्कर्षाची हानी होत नाही असे दाखवून दिले.

मिल्टन फ्रिडमन या चलनवादी अर्थशास्त्रज्ञांनी असे मांडले होते की पैसा–विषयक धोरण स्वतंत्रपणाने अंमलात आणण्यासाठी विनिमयदर लवचिक असणे आवश्यक आहे. मुंडेल–फ्लेमिंग प्रतिमानात मुंडेल यांनी असे सांगितले की पैसाविषयक धोरण स्थिर विनिमयदराच्या परिस्थितीत अकार्यक्षम असते पण अर्थव्यवस्थेच्या क्षेत्रांमध्ये साम्य असल्यास विनिमयदर लवचिक व तरता (floating) असावा. मुंडेल यानी या ठिकाणी असे गृहित मांडले की दोन राष्ट्रांमधील असणारा सारखेपणा या विशिष्ट बाबतीत महत्त्वाचा नाही. यासाठी त्यांनी प्रत्यक्ष उदाहरण घेऊन आपला मुद्दा स्पष्ट केला. ते उदाहरण असे – कॅनडा आणि अमेरिकेच्या पूर्व भागात मोटार गाड्यांचे उत्पादन होत असेल आणि दोन्ही देशांच्या पश्चिम भागात लाकडाचे उत्पादन होत असेल तर विनिमयदर पूर्व कॅनडा आणि पूर्व अमेरिकेसाठी तसेच पश्चिम कॅनडा आणि पश्चिम अमेरिकेसाठी लवचिक असावा. कॅनडा आणि अमेरिकेसाठी विनिमय दर लवचिक असल्यास त्यातील चढउतार मोठ्या प्रमाणात होतील.

अशा प्रकारे मुंडेल यांनी विविध प्रकारांचे योगदान केले व त्यातून त्यांनी पारंपरिक अर्थशास्त्र (Classical Economics) आणि आधुनिक अर्थशास्त्र यांच्यात दुवा सांधण्याचे मोलाचे कार्य केले.

मुंडेल–फ्लेमिंग प्रतिमान आंतरराष्ट्रीय क्षेत्रात पैशाच्या प्रवाहाला साकलिक आर्थिक विश्लेषणामध्ये समाविष्ट करून घेण्याबद्दलचे श्रेय मुंडेल यांना दिले पाहिजे. आणि त्यांचे हे प्रतिमान याच अनुषंगाने विकसित करण्यात आले होते. याच प्रतिमानाच्या साहाय्याने १९६०मध्ये साकलिक आर्थिक बदलत्या घटकांचे म्हणजे उदाहरणार्थ – राष्ट्रीय उत्पन्न, किंमत पातळी, व्याजदर, बेरोजगारी इत्यादी – निर्धारण करण्यात आंतरराष्ट्रीय भांडवलाच्या प्रवाहाचे महत्त्व स्पष्ट करण्यात आले आणि ही घटना साकलिक अर्थशास्त्राच्या विकासातील एक महत्त्वाचा टप्पा मानला जातो.

धोरणविषयक युक्तीवाद

मुंडेल यांनी आपला स्वत:चा धोरणविषयक युक्तिवाद मांडला आहे. जर एखाद्या देशासमोर एकाच वेळी विविध धोरणांशी निगडित असलेल्या समस्या निर्माण झाल्या तर त्या त्या धोरणांच्या उद्दिष्टांनुसार स्वतंत्रपणाने धोरणांची साधने उपलब्ध असली पाहिजे असा तो मुंडेल यांचा युक्तिवाद आहे. धोरणांची जी उद्दिष्ट्ये असतील ती साध्य करण्याच्या दृष्टीनेच त्या धोरणांची साधने (Policy instruments) वापरली जावी. उदाहरणार्थ : जर देशात मंदी निर्माण झाली व तिचे स्वरूप सौम्य असेल आणि त्याच वेळी आंतरराष्ट्रीय व्यवहारातला समतोल ढळून असमतोलाची स्थिती निर्माण झाली व आतंरराष्ट्रीय व्यवहाराच्या ताळेबंदात तूट आली तर पैशाचा पुरवठा वाढवण्यात यावा. अशा वाढीमुळे वास्तविक राष्ट्रीय उत्पन्नावर व्याजदरातील बदलांपेक्षा जास्त प्रभाव पडू शकेल. आंतरराष्ट्रीय व्यवहाराच्या ताळेबंदातील तूट कमी करण्यासाठी व्याजाच्या दरात वाढ करावी. भांडवलाचे प्रवाह प्रभावित करण्यासाठी व्याजदरातील बदल अधिक परिणामकारक ठरतील. परंतु हे करत असताना अर्थव्यवस्थेत बेरोजगारीच्या समस्या निर्माण होतील हे खरे. तथापि, तूट नियंत्रित करणे जास्त महत्त्वाचे असल्यामुळे त्याला प्राधान्य देणे संयुक्तिक ठरणार आहे.

मुंडेल यांनी सुचविलेल्या वेगवेगळ्या धोरणांची वेगवेगळ्या प्रसंगी कार्यवाही करण्यात आली व त्यांच्या फलद्रुपतेचा प्रत्ययही अनेक राष्ट्रांना आला आहे. मुंडेल यांचे मुख्य उद्दिष्ट दूरदृष्टीचे असून ते अर्थव्यवस्थेचे स्थैर्य हे होते व त्या दृष्टीने त्यांनी सुचविलेली धोरणे उचित होती याचा प्रत्यक्ष अनुभवही अनेक देशांनी घेतला आहे. १९८०च्या दशकाच्या प्रारंभापासून आंतरराष्ट्रीय वित्तीय क्षेत्रात खुलेपणाचे व जागतिकीकरणाचे (globalisation) वारे वाहायला लागले होते. मुंडेल यांनी त्याचे होणारे परिणाम काय असतील याचे भाकीत पूर्वीच वर्तविले होते. याबाबतीत जॉन्सन आणि फ्रँकेल यांनीही त्यांच्या मताशी सहमती दर्शविली होती. त्या परिस्थितीत जागतिक अर्थव्यवस्थेत पैशाचे प्रवाह खूपच महत्त्वपूर्ण ठरणार असल्याचे भाकीत या तिघांनी वर्तविले होते.

खुल्या अर्थव्यवस्थेतील धोरणे

खुल्या अर्थव्यवस्थेसाठी व्यावहारिक आर्थिक धोरण निश्चित करताना उचित अशा चलनविषयक (monetary) आणि राजकोषीय (fiscal) धोरणांचा सर्वांगीण विचार होण्याच्या दृष्टीने जो सिद्धान्त विकसित झाला त्याची मूलतत्त्वे व पायाभरणी

रकरण्याचे श्रेय मुंडेल यांच्याकडे जाते. हीच चलनविषयक व राजकोषीय धोरणे अंतर्गत समतोल व बाह्य समतोल स्थापन करण्याच्या दृष्टीने सुद्धा कसे उपयोगी असतात याचे सखोल विश्लेषण त्यांनी केले. त्यांनी असे स्पष्टपणाने पटवून दिले की अंतर्गत व बाह्य समतोल साधण्यासाठी व्यापारावर निर्बंध लादणे आणि विनिमय दरात सतत फेरबदल करणे हे अयोग्य आहे. त्यांनी या धोरणांची क्षेत्रेच ठरवून दिली आणि असे सांगितले की भांडवल प्रवाह बदल त्या व्याजदराला प्रतिसाद देत असेल तर ही दोनही धोरणे स्वतंत्रपणाने अंमलात आणता येऊ शकतील. यापैकी चलन धोरण (monetary policy) हे बाह्य उद्दिष्ट्ये साधण्यासाठी आणि राजकोषीय धोरण (fiscal policy) अंतर्गत उद्दिष्ट्ये पूर्ण करण्यासाठी अवलंबावी. अर्थव्यवस्थेच्या स्थिरीकरणासाठी असलेले उपाय चलन व राजकोषीय धोरणांपुरतेच सीमित असतील तर ज्या देशांमध्ये वाढवा किंवा आधिक्य (surplus) असेल आणि किंमतवाढीचे तणाव ज्या देशांमध्ये सोसावे लागत आहेत अशा देशांनी चलन धोरणात शिथिलता (libralisation) आणावी. मात्र त्याचबरोबर सरकारी खर्चात कपात व काटकसर करून कर वाढीचे धोरण अवलंबावे. तसेच ज्या अर्थव्यवस्थांमध्ये तुटीची परिस्थिती (deficit) असेल व त्याचवेळी बेरोजगारीचा प्रश्न उग्र असेल त्यांनी व्याजदर वाढीचे धोरण आखून करांचे दर मात्र उतरवावे व सरकारी खर्च वाढवण्याकडे कल ठेवावा. मुंडेल यांनी केलेले हे सैद्धान्तिक विश्लेषण ज्याप्रमाणे विकसित देशांपुढील समस्या सोडविण्यासाठी उपयुक्त आहे तसेच अविकसित देशांना देखील मार्गदर्शन करणारे व उपयुक्त ठरणारे आहे.

आंतरराष्ट्रीय योगदान

मुंडेल यांचे आंतरराष्ट्रीय साकलिक पातळीवरचे (macro-level) योगदानही अभिनव म्हणून मान्यता पावलेले आहे. या पातळीवरचे भांडवल प्रवाह (capital flows), विनिमयदर निश्चित करणे आणि इष्टतम चलनपद्धती (optimum currency system) या क्षेत्रांमध्ये त्यांनी खोलवर रस घेऊन मोठ्या हिरीरीने सिद्धान्त मांडले. इष्टतम चलन क्षेत्रातील त्यांनी केलेले सैद्धान्तिक विश्लेषणाचे ते उद्घातेच आहेत. पुरवठाधिष्ठित अर्थशास्त्राचे (Supply Side Economics) च्या संस्थांपैकी ते एक महत्त्वाचे संस्थापक आहेत. या जगातील जे मुख्य देश आहेत. त्यांच्या आर्थिकच काय पण राजकीय संबंधावर मुंडेल यांच्या विचारांचा फार मोठा परिणाम झाला आहे.

युरोपातील सामाईक चलनाची योजना सगळ्यात आधी मुंडेल यांनी मांडली

आणि त्यानंतर अलीकडच्या काळात अस्तित्वात आलेल्या समान युरोपीय चलनामुळे (युरो) चार दशकापूर्वीचे मुंडेल यांचे पैसाविषयक गतिमान विश्लेषण आणि त्यांचे इष्टतम चलन क्षेत्रातील कार्य समान चलनाच्या धोरणकर्त्यांना अत्यंत उपयोगी पडेल. युरोपचा चलन संघ (monetary union) युरोपच्या भरभराटीच्या दृष्टीने फार चांगला ठरेल आणि युरोपचे एकीकरण दृढ होईल, मजबूत होईल असे प्रतिपादन मुंडेल यांनी आधीच केले होते. त्याचे प्रत्यंतर आज येत आहे.

इष्टतम चलन क्षेत्र

मुंडेल यांनी सर्व राष्ट्रांच्या सामाईक चलनावर भर दिला. त्यांनी १९६१मध्ये Optimum currency area म्हणजे इष्टतम चलन क्षेत्र हा लेख लिहिला व त्यात निरनिराळ्या राष्ट्रांनी आपले आपले स्वतंत्र व वेगळे चलन ठेवण्याचा आग्रह व स्वातंत्र्य सोडावे आणि सर्वांनी सामाईक चलन व्यवस्थेत एकत्र यावे. हे सर्वांच्याच हिताचे होईल असे प्रतिपादन केले. त्या लेखात त्यांनी अशा सामाईक चलनाचे दोन प्रमुख फायदे नमूद केले.

(१) तुलनेने कमी व्यवहार खर्च आणि (२) किमतीविषयीची निश्चितता. त्याचबरोबर अशा सामाईक चलन व्यवस्थेतला दोषही त्यांनी मान्य केला आणि तो म्हणजे असममिती धक्क्यांमुळे (asymmetric shocks) अथवा मागणीतील बदलामुळे रोजगार टिकवून ठेवण्याकरता वास्तविक वेतन दरात एखाद्या विशिष्ट प्रदेशात घट करणे कठीण होऊन बसेल. इतरही दोष त्यांनी अशा सामाईक चलनाचे दाखवून दिले आहेत. ते दूर करण्यासाठी मुंडेल यांनी कामगारांचे स्थलांतरण हा उपाय सुचवला. पण ज्या ठिकाणी स्थलांतर करावयाचे त्या प्रदेशांमध्ये ह्या स्थलांतरित कामगारांना सामावून घेण्याची आणि पूर्ण रोजगाराची खात्री देण्याइतकी सक्षमता असणे जरुरीचे आहे. पण हे सर्व काळी सर्व ठिकाणी शक्य असेलच याची खात्री नसते

.

मुंडेल गतिमान प्रतिमान

डेव्हिड ह्यूम यांनी पूर्वी आंतरराष्ट्रीय किंमत समायोजनाचे तंत्र मांडले हाते. मुंडेल त्याने बरेच प्रभावित झाले आणि त्यांनी गतिमान प्रतिमान मांडले. फरक असा की हयूम यांनी चलनविषयक घटक आणि स्कंध चल यावर भर दिला होता, तर मुंडेल यांनी दीर्घकालीन असमतोलाची स्थिती कशी राहते आणि हा असमोल कसा दूर करता येईल याचे स्पष्टीकरण केले. हे करताना त्यांनी खाजगी क्षेत्राकडे असलेल्या पैशात वाढव्यामुळे आणि तुटीमुळे कसकसे बदल होतील हे दाखवून दिले. त्याचबरोबर

अर्थव्यवस्थेमध्ये समायोजन कसे व्हायला लागेल हेही दाखवून दिले. स्थिर विनिमय दर पद्धती असताना ज्या वेळी भांडवलाचे स्थलांतर अत्यंत थोडे राहील त्यावेळी विस्तारक चलन धोरण अवलंबिल्यास त्यामुळे व्याजदर कमी करण्यास सुरुवात होईल. त्याचप्रमाणे यामुळे देशातील मागणीमध्ये सुद्धा वाढ होऊ लागेल. आंतरराष्ट्रीय व्यापाराचा ताळेबंद तुटीचा झाला तर त्या तुटीमुळे पैशाचा बहिर्गामी प्रवाह सुरू होईल. त्याचा परिणाम असा होईल की आंतरराष्ट्रीय व्यापाराचा ताळेबंद समतोल अवस्थेत येईपावेतो मागणी कमी कमी होत जाईल. या दृष्टीकोनाला पैसाविषयक दृष्टिकोन मानले जाते. खुल्या अर्थव्यवस्थेतील स्थिरीकरण धोरणाच्या विश्लेषणासाठी मांडलेला हा मुंडेल यांचा दृष्टिकोन अनेक वर्षे उपयुक्त ठरला आहे. आंतरराष्ट्रीय नाणेनिधीच्या अर्थशास्त्रज्ञांनी आर्थिक धोरण अंमलात आणताना या विश्लेषणाचा उपयोग केला आहे.

या प्रतिमानात चलनविषयक धोरणाचा संबंध बाह्य समतोलाशी जोडण्यात आला व राजकोषीय धोरणांचा संबंध अंतर्गत समतोलाशी निगडित करण्यात आला. मुंडेल यांनी केलेले अल्पकालीन आणि दीर्घकालीन विश्लेषण चलनविषयक धोरणाच्या संदर्भात मूलभूत मार्गदर्शक तत्त्व दाखवते. चलनविषयक धोरण मुक्त भांडवल स्थलांतरणाच्या परिस्थितीत अंतर्गत उद्दिष्ट्ये (उदा. किंमत स्थैर्य) अथवा बाह्यउद्दिष्ट्ये (उदा. विनिमयदर स्थैर्य) साध्य करण्यासाठी अमलात आणता येईल. परंतु ही दोनही उद्दिष्ट्ये एकाच वेळी साधणे दुरापास्त आहे.

मुंडेल टोबिन परिणाम

मुंडेल यांचे आणखी महत्त्वाचे योगदान मुंडेल – टो बिन परिणाम (Mundell-Tobin effect) या नावाने प्रसिद्ध आहे. देशातील भाववाढ (price inflation) ही इतर काही दृष्टीने अनिष्ट असली तरी ती गुंतवणूक करणारांना वास्तव भांडवल निर्मितीसाठी प्रेरणा देणारी असते हे त्यांनी विशद करून सांगितले. याचा परिणाम असा होतो की अपेक्षित असलेली भाववाढ सुद्धा प्रत्यक्षात वास्तव आर्थिक परिणाम (real economic effect) निर्माण करू शकेल. याच परिणामाला नंतर मुंडेल टोबिन परिणाम असे नामाभिधान मिळाले. कारण जेम्स टोबिन यांच्या सहभागाने मुंडेल यांनी हे विश्लेषण पुढे मांडले.

बेकारी व मंदीयुक्त भाववाढ (Stagflation)

मुंडेल यांनी स्टॅग्फ्लेशनच्या परिस्थितीला तोंड देण्यासाठी सुचविलेली

धोरणात्मक उपाय योजना महत्त्वाची आहे. अशाच परिस्थितीत भाववाढ नियंत्रित करण्यासाठी महाग पैसाविषयक धोरण मध्यवर्ती बँकेने अमलात आणावे, तर वित्त मंत्रालयाने विस्तारक स्वरूपाचे राजयकोषीय धोरण अवलंबावे. करांचे दर कमी करून सरकारी खर्च वाढविण्याचे धोरण अंमलात आणावे. त्यायोगे रोजगारनिर्मिती वाढेल आणि आर्थिक अभिवृद्धीचा दर उंचावण्यास मदत होईल, अशी धोरणात्मक उपाययोजना मुंडेल यांनी सुचविली आहे.

मुंडेल यांचे योगदान फार मोलाचे आहे. आंतरराष्ट्रीय अर्थशास्त्राच्या क्षेत्रात व विशेषत: विनिमयदराबाबत त्यांनी नावीन्यपूर्ण कल्पना आणि धोरणात्मक उपाय मांडले. परंतु आर्थिक उपाय हे परिस्थितीसापेक्ष असल्याने त्यांना नेहमीच पूर्णांशाने यश मिळेल असे नाही आणि त्याचा प्रत्यय १९९७च्या पूर्व आशियातील आर्थिक वित्तीय अरिष्टाच्या प्रसंगी आला. त्या प्रसंगात मुंडेल यांचे सिद्धान्त समाधानकारक स्पष्टीकरण देऊ शकले नाही.

मुंडेल यांचे आंतरराष्ट्रीय व्यापार व विनिमयदराबाबतचे विश्लेषण भारतीय अर्थव्यवस्थेला पुष्कळसे उपयुक्त ठरेल असे वाटते. भारताने १९९१ पासून खुलेपणाचे, उदारीकरणाचे धोरण अवलंबिले आहे. मुक्त विदेशी व्यापार व मुक्त विनिमयदराचे धोरण अवलंबिले आहे. त्यांचे यश प्राप्त होण्यासाठी तसेच देशांतर्गत भाववाढ, दारिद्र्य व बेकारी या समस्या सोडवण्यासाठी व आर्थिक स्थैर्य साध्य होण्याकरिता आपल्याला चलनधोरण व राजकोषीय धोरण यांची योग्य ती चौकटी उभारावी लागेल व त्यासाठी मुंडेल यांनी मांडलेले विश्लेषण नक्कीच मार्गदर्शक ठरेल यात शंका नाही.

रॉबर्ट मुंडेल यांची निवडक ग्रंथसंपदा व लेखसंपदा

ग्रंथसंपदा

1. The International Monetary System : Confict and Reform, (1965) Private Planning Association of Canada, Montreal.
2. Man and Economics (1968), Mc-Graw Hill, New York.
3. International Economics (1968), The Macmillan Co; New York.
4. Monetary Theory : Interest, Infation and Growth in the Word Economy (1971), Pacific Palisades, Ca; Good Year.

संपादन केलेले ग्रंथ

1. Monetary Problems of the International Economy (ed. with A. Swoboda) (1969).
   University of Chicago Press, Chicago.
2. Trade, Balance of Payments and Growth (Essays in Honour of C. P. Kindleberger) (ed. with J. Bhagwati, J. F. Jones, J. Vanek (1971),
   North Holland Publishing company, Amsterdam.
3. The New International Monetary System (ed. with J. J. Polak) (1978),
   Columbia University Press, New York.
4. A Monetary Agenda for the World Economy (ed. with The Hon. Jack Kemp) (1984), Quantum, Boston.
5. Inflation and Growth in China (ed. with M. Guitian) (1996) International Monetary Fund,
   Washington D. C.
6. Inflation and Gold in the History of the International Monetary System (1999),
7. World Gold Council.

संशोधनपर लेखसंपदा

1. The Pure Theory of Intenational Trade, The American Economic Review, L. No. 1 March 1960 pp. 68-110.

2. 'The Monetary Dynamics of International Adjustment Under Fixed and Flexible Exchange Rates.' The Quarterly Journal of Economics, LXXXIV.
No. 2 May 1960, pp. 227-50

3. 'Flexible Exchange Rates and Exployment Policy', The Canadian Journal of Economics and Political Science, XXVII, No. 4, November 1961, pp. 509-17. Reprinted in Mundell (1968).

4. 'Hicksian Stability, Currency Markets and the Theory of Economic Policy', Value, Capital and Growth (ed. J. N. Wolfe). Edinburgh University Press, Chicago, 1968, pp. 445-66.

5. 'A Plan for a European Currency' in The Economics of Common Currencies (eds. H. Johnson and A. Swoboda), George Allen and Unwin Ltd; London, 1973, pp. 143-73

6. 'A Theory of Optimum Currency Areas', The American Economic Review, LI, No. 4, November 1961, pp. 509-17. Reprinted in Mundell (1968),

7. The Economics of Integration (ed. M. Krauss), George Allen & Unwin Ltd, London, 1973.

8. 'Exchange Rate Systems and Economic Growth', Rivista di Politica Economica, 85, No.l 6, June 1995.

9. 'The Future of the Exchange Rate System', Economic Notes, 26, No. 3, 1995, pp. 35-66.

10. 'The International Monetary System: The Missing Factor', The Journal of Policy Modelling, 17 (5), 1995, pp. 479-92.

11. 'What the Euro Means for the Dollar and the International Monetary System', Atlantic Economic Journal, 26, No. 3, September 1998, pp. 227-37.

◆ ◆ ◆

३
नोबल नोबेल्स २०००
जेम्स् हेकमन आणि डॅनिएल मॅकफॅडन

गेल्या चार दशकात माहिती तंत्रज्ञान क्षेत्रात इतकी प्रचंड क्रांती झाली आहे की त्यामुळे सूक्ष्म स्तरावरची माहिती मोठ्या प्रमाणावर उपलब्ध होत असून अधिकाधिक शक्तीमान संगणकामुळे अनेक नवीन समस्यांचा अनुभवनिष्ठ अभ्यास व संशोधन (empirical studies) करणे शक्य झाले आहे. उदाहरणार्थ : आर्थिक उत्तेजनांचा शिक्षण, व्यवसाय, राहते घर यांच्या निवडीवर काय व कसे परिणाम घडून येतात? तसेच माणसाची कष्ट करण्याची इच्छा आणि तेही किती तास करायचे हे ठरवणारे घटक कोणते आहेत? निरनिराळे शैक्षणिक कार्यक्रम/उपक्रमांचा उत्पन्न आणि रोजगार यांच्यावर काय परिणाम होतात? यासारख्या प्रश्नांचे विश्लेषण करणे सहज शक्य झाले आहे. त्यामुळे जेम्स हेकमन आणि डॅनिएल मॅकफॅडन या दोन अमेरिकन अर्थशास्त्रज्ञांना सूक्ष्म स्तरावरील माहितीच्या सामग्रीचे सांख्यिकीय विश्लेषण करताना निर्माण होणाऱ्या मूलभूत समस्या सोडवता आल्या आहेत. त्यासाठी त्यांनी ज्या विश्लेषण पद्धती विकसित केल्या त्यांना आर्थिक सिद्धान्तात भक्कम आधार तर आहेच, पण महत्त्वाच्या सामाजिक समस्यांवर व्यावहारिक उपयुक्ततेचे संशोधन (applied research) करण्यासाठीही त्या उत्क्रांत झाल्या आहेत. आणि आता त्या विश्लेषण पद्धती म्हणजे केवळ अर्थशास्त्रज्ञांमध्येच नव्हे तर इतर सामाजिक शास्त्रज्ञांमध्ये देखील प्रमाणित साधन झाल्या आहेत.

अशा रीतीने या दोन अर्थशास्त्रज्ञांनी विश्लेषणाच्या नव्या पद्धती शोधल्या व विकसित केल्या. प्रा. हेकमन यांनी निवडक नमुन्यांच्या विश्लेषणाच्या, तर मॅकफॅडन यांनी विवेकी निवडीच्या (discrete choice) विश्लेषणाच्या. या त्यांच्या योगदानाबद्दल त्यांना २००१च्या नोबेल पुरस्काराने गौरवण्यात आले आहे. आपल्या गौरवपत्रात रॉयल अॅकॅडमीने म्हटले आहे की, हेकमन यांना 'निवडक नमुन्यांच्या विश्लेषणासाठी सिद्धान्त आणि पद्धती विकसित केल्याबद्दल (for his development of theory and methods for analyzing selective samples), तर मॅकफॅडेन यांना 'विवेकी निवडीच्या विश्लेषणासाठी सिद्धान्त आणि पद्धती विकसित केल्याबद्दल' (for his development of theory and methods for analyzing discrete choices')

जेम्स् हेकमन

प्रा. जेम्स हेकमन – जीवनचरित्र

प्रा. जेम्स ज. हेकमन हे अमेरिकन नागरिक असून त्यांचा जन्म १९ एप्रिल १९४४ रोजी शिकागो येथे झाला. त्यांनी १९६५ मध्ये कोलोरोडो महाविद्यालयातून गणित विषय घेऊन बी.ए.ची पदवी मिळवली तर अर्थशास्त्रातील पदव्युत्तर पदवी १९६८ साली प्रिन्सटन विद्यापीठातून मिळवली. याच विद्यापीठातून त्यांनी १९७१मध्ये डॉक्टरेट केली. त्यांनी अर्थशास्त्रात केलेल्या योगदानाबद्दल त्यांना येल विद्यापीठाने एम्.ए.ची मानद पदवी दिली. त्यांनी अर्थशास्त्राच्या अध्यापनाचे कार्य न्यूयॉर्क विद्यापीठ, कोलंबिया विद्यापीठ आणि येल विद्यापीठ येथे केले. नोबेल पारितोषिक त्यांना घोषित झाले त्यावेळी ते शिकागो विद्यापीठात 'हेन्री शुल्झ विशेष सेवा प्राध्यापक' म्हणून होते. या पदावर ते १९९५ पासून होते.

ते १९८१ ते ८७ जर्नल ऑफ पोलिटिकल इकॉनॉमी या नियकालिकाचे सहसंपादक होते. तसेच जर्नल ऑफ इकॉनॉमेट्रिक्स, जर्नल ऑफ लेबर इकॉनॉमिक्स आणि जर्नल ऑफ इकॉनॉमिक परस्पेक्टिव्ह या नियतकालिकांच्याही सहसंपादकाची जबाबदारी त्यांनी चागंल्या रीतीने सांभाळली.

प्रा. हेकमन यांना बरीच अ‍ॅवॉर्डस् मिळाली. १९८३मध्ये त्यांना अमेरिकन इकॉनॉमिक असोसिएशनचे जॉन बेटस् क्लार्क अ‍ॅवॉर्ड मिळाले. त्यांना त्यांच्या श्रम अर्थशास्त्रातील योगदानाबद्दल लाइफटाइम अ‍ॅचिव्हमेंटसाठी असलेला जॅकोब मिन्सर अ‍ॅवॉर्ड देण्यात आला. याशिवाय २००५मध्ये त्या वर्षाचे युनिव्हर्सिटी कॉलेज डब्लिन युलिसिस मेडल आणि २००५मध्ये जर्नल ऑफ इकॉनॉमिट्रिक्स तर्फे आयनर अ‍ॅवॉर्ड बहाल करण्यात आले.

त्यांच्या अलीकडच्या संशोधनात सामाजिक कार्यक्रमांचे मूल्यमापन,विचारपूर्वक निवड आणि लाँजिट्युडिनल माहिती सामग्री यासंबंधीचे इकॉनॉमिट्रिक प्रतिमान, श्रमबाजाराचे अर्थशास्त्र आणि उत्पन्न विभाजनाची पर्यायी प्रतिमाने यांचा समावेश आहे. यावरून त्यांचे संशोधन व्यापक स्वरूपाचे आहे हे दिसून येते.

हेकमन यांचे योगदान

जेम्स हेकमन यांनी सूक्ष्म (वैयक्तिक) पातळीवरील अर्थमिती (microeconometrics) सिद्धान्त आणि विश्लेषण पद्धती याबाबतीत फार महत्त्वाचे योगदान केले आहे. आणि विविध प्रकारच्या निवड समस्यांच्या संदर्भात (selection problem) हे योगदान आहे. त्यांनी विश्लेषण पद्धती संबंधात जे योगदान केले ते विशेष करून श्रमिक अर्थशास्त्राच्या क्षेत्रातील व्यवहारोपयोगी अनुभवाधारीत संशोधनाच्या जोडीने केले त्यामुळे त्यांच्या सूक्ष्म अर्थमिती संशोधनातील निवड समस्यांच्या विश्लेषणातून अर्थशास्त्रातील तसेच इतर सामाजिक शास्त्रातील व्यवहारोपयोगी संशोधनासाठी सखोल सूचकार्थ किंवा गर्भितार्थ (implications) प्राप्त झाले आहेत.

सूक्ष्म अर्थमिती हा अर्थशास्त्र आणि संख्याशास्त्र यांच्या परस्परातील योगातून निर्माण झालेला विषय आहे. त्यात सूक्ष्म पातळीवरील माहितीच्या विश्लेषणासाठी वापरलेल्या संख्याशास्त्रीय पद्धतीचा आणि आर्थिक सिद्धान्ताचा समावेश आहे. सूक्ष्म पातळीवरील माहिती (microdata) म्हणजे व्यक्ती, कुटुंब आणि उद्योग व व्यवसाय संस्था यांच्याबद्दलची आर्थिक माहिती होय. गेल्या तीस पस्तीस वर्षांच्याकाळात सूक्ष्म अर्थमितीचे क्षेत्र वेगाने विस्तारले आहे व ते सूक्ष्मपातळीवरील माहिती धरून मोठ्या प्रमाणावरील माहितीच्या सामग्रीच्या निर्मितीमुळेच.

स्वनिवडसंबंधी योगदान पद्धती

हेकमन यांनी १९७०च्या मध्यास स्वनिवडीसंबंधातील संशोधन पद्धती

विकसित केली. व्यक्तीमात्रांचा श्रमिकांच्या गटात सहभागी होण्याचा आणि कामाच्या तासांबाबतचा निर्णय या बाबतीत त्यांनी केलेल्या विश्लेषणात या संशोधन पद्धतीचा अवलंब करण्यात आला. ज्या लोकांनी काम करणे पसंत केले असेल त्यांच्या पुरतेच कामाच्या तासातील बदलाचा विचार करता येऊ शकेल. श्रमिकांच्या कामात सहभागी होण्याच्या स्वनिवडीमुळे (self-selection) नमुन्यांमध्ये (samples) वारंवार दोष निर्माण होतात. हेकमन यांच्या १९७४मध्ये प्रसिद्ध झालेल्या 'विवाहित महिलांचा श्रमपुरवठा' या लेखात त्यांनी अर्थमिती पद्धती (econometric method) उपयोगात आणून अशा स्वनिवडीच्या समस्या हाताळल्या आहेत. त्यांचा हा अभ्यासपूर्ण लेख म्हणजे सूक्ष्म आर्थिक सिद्धान्त (microeconomic theory) सूक्ष्म अर्थमितीच्या जोडीने उपयोगात आणून एखादा संशोधन विषय कसा स्पष्ट करता येतो याचे उत्कृष्ट उदाहरण आहे.

हेकमन दुरुस्ती

पुढील एका अभ्यासात हेकमन यांनी स्वनिवडीच्या समस्येवर दुसरी एक पद्धती सुचविली. ती 'हेकमन दुरुस्ती' म्हणून प्रसिद्ध पावली. ही पद्धती द्विस्तरीय पद्धती आहे. ती वापरण्यास अगदी सोपी आहे. एखाद्या संशोधकाला वैयक्तिक माहितीचा वापर करून वेतन संबंध मोजायचे असतील. आता यात जे लोक कामावर असतील त्यांच्याच वेतनासंबंधीची माहिती मिळू शकेल. हेकमन यांची दुरुस्ती दोन स्तरात घडून येईल –पहिल्या स्तरात संशोधक एक प्रतिमान तयार करील. त्याला आर्थिक सिद्धान्ताचा आधार असेल. या प्रतिमानाच्या सांख्यिकीय मोजणीच्या आधारे प्रत्येक माणसाची काम करण्याची शक्यता अजमावून पाहता येईल. दुसऱ्या स्तरात स्वनिवडीबाबतच्या समस्या सोडविण्यासाठी माणसाच्या काम करण्याच्या शक्यतेचे जादा स्पष्टीकरणात्मक बदलते घटक म्हणून शिक्षण, वय, इत्यादींचा समावेश करता येईल. यामुळे वेतनसंबंधाचे मोजमाप सांख्यिकीय दृष्टीने अधिक योग्य रीतीने होणे शक्य होईल. हेकमन यांनी विविध योगदानांनी अर्थशास्त्रातआणि इतर सामाजिक शास्त्रांमध्ये अनेक अनुभवनिष्ठ प्रत्यक्ष उपयोगांची निर्मिती केल्याचे दिसून येत आहे. हेकमन यांच्या मूळच्या पद्धतीचे नंतरच्या काळात खुद्द हेकमन यांच्याकडून आणि इतरांकडूनही सामान्यीकरण झाले आहे.

कालावधी प्रतिमान (Duration Model)

ही प्रतिमाने तशी जुनी असून त्यांना वैद्यकशास्त्र आणि अभियांत्रिकी

शास्त्राची प्रदीर्घ परंपरा आहे. सामाजिक शास्त्रज्ञ, लोकसंख्या शास्त्रज्ञांसारखे समाजशास्त्रज्ञ बरेच वेळा त्यांचा उपयोग करून मृत्यू, जननक्षमता आणि स्थलांतरण यांचा अभ्यास करण्यासाठी करत आले आहेत. अर्थशास्त्रज्ञ तर त्यांच्या वापराने बेरोजगारीच्या कालावधीचे नोकरी मिळवण्याच्या शक्यतेवर होणारे परिणाम तपासून पाहत असतात. श्रमाच्या बाजारपेठेत ज्या व्यक्तींना रोजगार मिळण्याची शक्यता कमी असते अशा कामगारांचे प्रतिनिधित्व राहिलेल्या बेकारांमध्ये अधिक होऊ शकेल. अशा प्रकारची निवड अभिनती (selection-bias) स्वनिवडी नमुन्यांमध्ये दिसून येणाऱ्या समस्यांची निर्मिती करतात. ज्यावेळी बेरोजगाराचा काही विशिष्ट कालावधीतील नमुन्यांवर प्रत्यक्ष दिसून न येणाऱ्या व्यक्ती वैशिष्ट्यांचा परिणाम घडून येतो त्यावेळी बेरोजगारीतील 'कालावधी अवलंबनाचे' दिशाभूल करणारे अंदाज प्राप्त होतात. या प्रकारातल्या समस्या सोडवण्याकरता हेकमन यांनी बर्टन सिंगर यांच्या सहभागाने अर्थमितीय तंत्र (econometric technique) तंत्र विकसित केले आणि आज त्यांचा वापर केवळ अर्थशास्त्रातच नव्हे तर एकूणच सामाजिक शास्त्रांमध्ये केला जात आहे.

सक्रीय श्रमबाजार कार्यक्रमाचे मूल्यांकन

क्रियाशील श्रमिक धोरणांच्या विकासाच्या बरोबरीने या कार्यक्रमांचे मूल्यमापन करणे हे देखील जरूरीचे झाले आहे. अभिमत दृष्टीकोनातून एका विशिष्ट कार्यक्रमात व्यक्तीचा सहभाग होत असल्यास त्याचा मिळकत प्राप्तीवर किंवा रोजगारावर कशा स्वरूपाचा परिणाम होतो याचे निर्धारण व्यक्तींचा सहभाग नसलेल्या स्थितीशी तुलना करून करण्यात येतो. या दोनही स्थितींमध्ये एकाच वेळी एकसारख्याच, त्याच त्याच व्यक्ती दिसून येत नसल्यामुळे असहभागिता संबंधीची माहिती उपयोगात आणावी लागते. त्यामुळे पुन्हा तीच निवड समस्या निर्माण होते. श्रमिक बाजार कार्यक्रमांचे सूक्ष्म अर्थमिती मूल्यांकन करत असलेल्या संशोधकांमध्ये हेकमन यांना सर्व जगाच्या पातळीवर अत्यंत महत्त्वाचे स्थान मिळालेले आहे हे निर्विवाद आहे. आपल्या अन्य सहकाऱ्यांच्या जोडीने त्यांनी पर्यायी अप्रायोगिक मूल्यांकन पद्धतीच्या गुणधर्माचे विश्लेषण केले आहे व त्याचा संबंध प्रायोगिक पद्धतीशी कसा लावता येईल यासंबंधीचे संशोधन त्यांनी केले आहे.

डॅनिअल मॅकफॅडन

जीवनचरित्र

    डॅनिअल मॅकफॅडन हे अमेरिकन नागरिक असून त्यांना नोबेल पारितोषिक मिळाले तेव्हा बर्कले येथील कॅलिफोर्निया विद्यापीठात अर्थशास्त्र विभागात मॉरिस कॉक्स प्राध्यापक १९९०पासून होते. तसेच इकॉनॉमिट्रिक्स लॅबोरेटरीच्या संचालक पदावरही होते. त्यांचा जन्म २९जुलै १९३७ रोजी रॅले नॉर्थ केरोलिना येथे झाला.ते १९५७मध्ये मिनेसोटा विद्यापीठातून फिजिक्समध्ये बॅचलर ऑफ सायन्स (B.S.) झाले. त्यांनी नंतर याच विद्यापीठात वर्तणूक विज्ञान (Behavioural Science) या विषयात संशोधन करून १९६२ मध्ये डॉक्टरेट (Ph.D) मिळविली. त्यांनी निरनिराळ्या विद्यापीठांत अर्थशास्त्राचे अध्यापन केले व त्याचबरोबर संशोधनाचे कार्य केले. ही विद्यापीठे म्हणजे मॅसॅच्युसेटस् इन्स्टिट्यूट ऑफ टेक्नॉलॉजी (MIT) शिकागो विद्यापीठ, कॅलिफोर्निया इन्स्टिट्यूट ऑफ टेक्नॉलॉजी, येल विद्यापीठ, पिटसबर्ग विद्यापीठ होत.

    त्यांना त्यांच्या कारकीर्दीत अनेक पुरस्कार आणि सन्मान मिळाले. अनेक अभ्यासविषयक व व्यावसायिक संस्थांचे सदस्यत्व बहाल करण्यात आले. तसेच

त्यांना जबाबदारीची पदेही भूषवावी लागली. त्यांनी आपल्या समृद्धजीवनात विपुल लिखाण केले व त्यात महत्त्वाचे संशोधक लेख असून अनेक ग्रंथही आहेत.

मॅकफॅडन यांचे योगदान

मॅकफॅडन यांचे सगळ्यात महत्त्वाचे योगदान म्हणजे विचारपूर्वक आणि विवेकी निवडीच्या (discrete choice) विश्लेषणासाठी त्यांनी शोधून काढलेला व विकसित केलेला आर्थिक सिद्धान्त आणि अर्थमिती पद्धती. विवेकी निवड म्हणजे निर्णयांच्या बाबतच्या पर्यायांच्या मर्यादित संचातून केलेली निवड होय. त्यांच्या सगळ्या संशोधनाचा विशेष असा की त्यातून त्यांची आर्थिक सिद्धान्त, सांख्यिकीय पद्धती आणि अनुभवनिष्ठ उपयोग यांची सांगड घालण्याची क्षमता स्पष्ट दिसून येते. या संशोधनात त्यांचा मुख्य उद्देश दिसून येतो तो असा की सामाजिक समस्यांची तड लावणे हा होय.

सूक्ष्म पातळीवरची माहिती नेहमी अशी विवेकी निवड दर्शवते. माहितीच्या सामग्रीतून व्यक्तिमात्रांच्या व्यवसायांची, निवासस्थानांची किंवा प्रवासाच्या साधनाविषयीची निवडीची माहिती प्रतिबिंबित होत असते. व्यक्ती ज्या वस्तूंची निवड करतात त्या निवडी नेहमी बदलाचे प्रतिनिधित्व करतात. हे पारंपरिक मागणी विश्लेषणाचे गृहीत असते. त्यामुळेच विवेकी निवडविषयक वर्तणुकीचे विश्लेषण व अभ्यास याकडे लक्ष दिले गेले नाही. ज्या त्यांच्या नोबेल पारितोषिक प्राप्त करून देणाऱ्या योगदानापूर्वी अशा निवडीच्या अनुभवनिष्ठ अभ्यासाला आर्थिक सिद्धान्ताचा भरभक्कम असा आधारच नव्हता. मॅकफॅडन यांनी तो मिळवून दिला व त्या आधारावर त्यांनी अशा निवडीचे विश्लेषण उभारले.

सशर्त लॉजिट विश्लेषण (Conditional Logit Analysis)

मॅकफॅडन यांनी जो आपला वर सांगितलेला विवेकी निवडीचा सिद्धान्त मांडला त्याची मुळे सूक्ष्म लक्ष्यी अर्थशास्त्रीय सिद्धान्तातूनच झाली आणि त्यानुसार प्रत्येक माणूस निरनिराळ्या उपलब्ध पर्यायांमधूनच जास्तीतजास्त उपयोगिता (utitity) म्हणजेच समाधान मिळवून देणाऱ्या विशिष्ट पर्यायाचीच निवड करतो. या निवडीवर परिणाम करणाऱ्या सर्वच घटकांचा समावेश संशोधक करू शकत नाहीत. त्यामुळेच समान वैशिष्ट्ये असलेल्या निरनिराळ्या माणसांमध्ये स्वैर फेरबदल (random variation) गृहीत धरण्यात येतात. मॅकफॅडन यांनी सूक्ष्मलक्ष्यी अर्थमिती (micro econometric) प्रतिमान विकसित करून त्याच्या आधारे लोकसंख्येचा काही भाग

निरनिराळ्या पर्यायांची निवड कशा रीतीने करील याबाबतचे भाकित वर्तविता येईल.

मॅकफॅडन यांनी १९७४मध्ये 'सशर्त लॉजिट विश्लेषण' विकसित केले आणि ते त्यांचे अतिशय महत्त्वाचे योगदान मानले जाते. ते स्पष्ट करण्यासाठी पुढीलप्रमाणे उदाहरण घेता येईल. असे समजू या की लोकसंख्येमधील प्रत्येक माणसासमोर निरनिराळे पर्याय उपलब्ध आहेत. आपण असेही कल्पू की हे पर्याय J आहेत. यापैकी प्रत्येक पर्यायाशी संबंधित असलेली वैशिष्ट्ये x या अक्षराने दर्शविली आणि z या संशोधकांच्या आधारभूत सामग्रीत समाविष्ट होत असलेल्या व्यक्तींची वैशिष्ट्ये दाखवत आहेत. उदाहरणार्थ, प्रवासाच्या साधनांच्या निवडीत पर्याय म्हणून मोटार गाडी, बस किंवा भुयारी मार्ग असू शकतील. त्यामुळे x यात वेळ आणि खर्च याविषयीची माहिती समाविष्ट करता येईल आणि z मध्ये वय, उत्पन्न आणि शिक्षण याविषयीची माहिती दाखवता येईल. परंतु माणसामाणसामधील फरक आणि x व z व्यतिरिक्त उपलब्ध असलेले इतर पर्याय की जे संशोधकाच्या प्रत्यक्ष पाहणीत येत नाहीत असे घटकसुद्धा माणसाची उपयोगिता जास्तीत जास्त करण्याची निवड निर्धारीत करतात. या सर्व घटकांना 'स्वैर प्रमाद पदे' (random error terms) असे म्हटले जाते. मॅकफेडन यांनी या स्वैर प्रमादांचे सांख्यिकीय वितरण (Statistical distribution) राहील असे मानले आहे यालाच आत्यंतिक मूल्य वितरण असे संबोधले जाते. अशा परिस्थितीत i ही व्यक्ती J पर्यायाची निवड करण्याची शक्यता किती असू शकेल आणि त्याचे मूल्यांकन कशा रीतीने करता येईल हे मॅकफेडन यांनी दाखविले आहे.

हे प्रतिमान अत्यंत उपयुक्त असून शहरी प्रवास मागणीच्या अभ्यासात नेहमीच त्याचा उपभोग होऊ शकेल. वाहतुकीच्या योजना आखत असताना धोरणांचा परिणाम त्याचप्रमाणे सामाजिक आणि पर्यावरणात होणाऱ्या बदलांचासुद्धा अभ्यास या प्रतिमानाच्या साधनातून होऊ शकतो. किंमतीत होणारे बदल, सुधारित प्रवासी सुलभता किंवा लोकसंख्येच्या संरचनेत होणाऱ्या बदलांमुळे त्याचप्रमपाणे पर्यायी वाहतुन साधने वापरल्याने प्रवास वाट्यात कसा बदल घडून येऊ शकतो याविषयीचा अभ्यास करण्यास मॅकफॅडन यांचे प्रतिमान योग्य ठरू शकेल. उदाहरणार्थ, घराची निवड, वास्तव्याची जागा, शिक्षण इत्यादी बाबतीत त्याचा उपयोग होऊ शकेल. मॅकफॅडन यांनी स्वत:चे प्रतिमान सामाजिक समस्यांचे विश्लेषण करण्यास उपयोगात आणले. उदा. घरगुती वापरासाठी विजेची मागणी, टेलिफोनची सेवा आणि वृद्धाश्रमाच्या सोयी इ.

नेस्टेड लॉजिट मॉडेल

वर स्पष्ट केलेल्या सशर्त लॉजिट मॉडेलचे काही विशेष गुणधर्म आहेत. त्यातील महत्त्वाचा म्हणजे दोन पर्यायांमधील निवडीची सापेक्ष संभाव्यता ही इतर वाहन पर्यायांच्या किंमती आणि त्यांचे गुणधर्म यांच्यावर अवलंबून किंवा निगडित नसून स्वतंत्र असते. काही व्यवहारांमध्ये हा गुणधर्म काल्पनिक स्वरूपाचा असतो. या गुणधर्माला असंबद्ध पर्यायांची स्वतंत्रता (independence of irrelevant alternatives) असे म्हटले जाते. या गुणधर्माची पूर्ती होते की नाही हे कळण्यासाठी मॅकफेडन यांनी निव्वळ सांख्यिकीय कसोट्याच विकसित केल्या असे नाही तर इतर काही नव्या प्रतिमानांची मांडणीही केली. या नव्या प्रतिमानांनाच नेस्टेड लॉजिट मॉडेल (nested logit model) म्हणतात. माणसाच्या मनातील निवडीचा क्रम विशिष्ट ठराविक पद्धतीने योग्यपणाने लावता येईल असे या प्रतिमानाच्या मागील गृहीत आहे. एकंदरीत उदाहरणार्थ, माणसू आपल्या राहत्या घराबाबतच्या निर्णयाचा विचार करताना सर्वात अगोदर त्याचे स्थान (site) निवडेल व त्यानंतर त्या ठिकाणी स्वत:चे घर कसे बांधावे याचा निर्णय तो घेईल.

गेल्या दशकभरात मॅकफेडन यांनी अनुरूप कल्पन प्रतिमाने (Simulation Models) तयार केली. याचा अर्थ असा की एखाद्या गोष्टीचा अभ्यास करण्यासाठी तदनुरूप प्रतिकृती तयार करणे. त्यावरून माणसांनी केलेल्या विवेकी निवडी या अधिक प्रमाणात वास्तविकतेशी जुळतीमिळती दाखवता येऊ लागली. त्याचबरोबर त्यांच्या निर्णयाचे भाकीत किंवा अनुमान काढणे अधिक नेमकेपणाने करणे शक्य झाले.

इतर योगदाने

विवेकी निवडीच्या विश्लेषणाच्या जोडीला मॅकफेडन यांनी इतर क्षेत्रांतही प्रभावी योगदान केले आहे. १९६०मध्ये त्यांनी उत्पादन तंत्राच्या मूल्यमापनासाठी अर्थमितीच्या पद्धती शोधून तयार केल्या. त्याचबरोबर त्यांनी उद्योगसंस्थांच्या भांडवलाच्या आणि श्रमिकांच्या मागण्या कोणत्या घटकांवर अवलंबून असतात हे आजमावण्यासाठी देखील अर्थमिती पद्धती तयार केल्या. तसेच त्यांनी १९९०च्या दशकात पर्यावरणीय अर्थशास्त्राला योगदान केले. विशेषत: नैसर्गिक साधन संपत्तीचे मूल्य काढण्यासाठी त्यांनी यादृच्छिक मूल्यमापनावरील लिखाणाच्या बाबतीत मोठे योगदान केले. याचे महत्त्वाचे उदाहरण म्हणजे १९८९मध्ये एक्झॉन वाल्डेझ या तेलाच्या टँकरमधून झालेल्या तेल गळतीमुळे अलास्काच्या किनाऱ्यालगत झालेल्या

पर्यावरणीय ऱ्हासामुळे घडून आलेल्या कल्याणाच्या हानीविषयीचा त्यांचा अभ्यास होय. या अभ्यासावरून मॅकफेडन यांचे आर्थिक सिद्धान्त आणि अर्थमिती पद्धतीचे महत्त्वाच्या सामाजिक समस्यांच्या अनुभवनिष्ठ अभ्यासासाठी एकीकरण करण्याचे प्राविण्य व कौशल्याची खात्री पटते.

अशा रीतीने या दोनही अर्थशास्त्रज्ञांनी अर्थशास्त्रीय सिद्धान्त आणि अर्थमितीच्या पद्धती या दोहोंची सांगड घालण्याच्या बाबतीत फार मोठे योगदान अर्थशास्त्राला केले आहे. हेकमन यांनी निवडक नमुन्यांचे विश्लेषण करण्याच्या दृष्टीने आर्थिक सिद्धान्त आणि पद्धती विकसित केली, तर मॅकफेडन यांनी मर्यादित पर्याय असताना निवड समस्येकरिता सांख्यिकीय प्रतिमान विकसित केले. त्यांच्या या संशोधनाचा प्रत्यक्षही फारच उपयोग झाला. उदाहरणार्थ, जर्मनी आणि इतर प्रगत राष्ट्रांमध्ये श्रमिक बाजार धोरणाचे व्यावहारिक मूल्यांकन हेकमन यांनी संशोधन करून विकसित केलेल्या पद्धतीनुसार होऊ शकले, तर मॅकफेडन यांनी विकसित केलेल्या सिद्धान्ताचा उपयोग सॅन फ्रांसिस्को येथील बार्ट वाहतूक पद्धतीचे संकल्पचित्र तयार करण्यास, टेलिफोन सेवेतील गुंतवणूक आणि ज्येष्ठ नागरिकांसाठी घरे बांधणे याकरिता झाला आणि त्यामुळे मानवी जीवनाच्या कल्याणाला हातभार लागला यात शंका नाही.

हेकमन आणि मॅकफॅडन यांचे प्रमुख लिखाण

जेम्स हेकमन

1. Th Estimation of Income and Substitution Effects in a Model of Family Labor Supply. (with O. Ashenfelter), Econometrica (January 1974), 73-86. Presented at the Econometric Society Winter Meetings, 1971.
2. 'Shadow Prices, Market Wages and Labor Supply, NBER, mimeo (October 1972), Econometrica July 1974, 679-94.
3. 'Life Cycle Consumption and Labor Supply: An Explanation of the Relationship Between Income and Consumption Over The Life Cycle', American Economic Review March 1974.
4. 'A Life Cycle Model of Earnings, Learning and Consumption Journal of Political Economy, August 1976.
5. A Partial Suvey of Recent Research on the Labor Supply of Women, American Economic Review. Papers and Proceedings (May 1978). Invited Paper Presented to the American Economic Association, New York, 1977.
6. 'A Beta -Logistic Model for the Analysis of Sequential Labor Force Participation by Married Women, (with R. Willis), Journal of Political Economy (February 1977). Read at the Third World Econometric Society Meeting, Toronto, 1975.
7. 'Dummy Endogenous Variables in a Simultaneous Equation System. Econometrica, July 1978, Original draft, April 1973, Final draft, April1977.
8. 'Sample Selection Bias A Specification Error', Econometrics, February 1979.
9. 'Current Theoretical and Empirical Studies of Labor Supply: Second Generation Studies', (with T. MaCurdy). Research in Labor Economics, JAI Press Inc, 1981.
10. 'New Method for Analyzing Structural Models of Labor Force Dynamics', (with C. Flinn), Journal of Econometrics, January 1982.

11. 'A Method for Minimizing the impactof Distributional Assumption in Econometric Models for Duration Data (with B. Singer) Econometrica, March, 1984, 271-320.

12. 'Econometric Duration Analysis'(with B. Singer), Journal of Econometrics, January, 1984, 63-132.

13. 'The R^2 Goodness of Fit Statistic For Models with Parameters Estimated From Microdata', Econometrica, Vol. 52,No. 6, November, 11984, 1543-1547.

14. 'Heterogeneity Aggregation and Market wage Functions : An Empirical Model of Self-Selection in the Labor Market', (with G. Sedlacek), Journal of Political Economy, December, 1985.

15. 'Self Selection and The Distribution of Hourly Wage Rates, with (G. Sedlacek), Journal of Labor Economics, Vol. 8, No. 1, Part 2, January 1990, pp. S329-S363.

16. 'Varieties of Selection Bias', American Economic Review, Vol. 80 No. 2 May, 1990, pp. 313-18.

17. 'What Has Been Learned About Labor Supply in The Past Twenty Years?', American Economic Review, papers and Proceeding Vol. 83, No. 2, pp. 116-121, May 1993

18. 'Tax Policy and Human Capital Formation', (with L. Lochner and C. Taber), American Economic Review, Vol. 88, No. 2, May 1998.

19. 'Characterizing Selection Bias Experimental Data', (with H. Ichimura, J. Smith and P. Todd), Econometrica, September, 1998.

20. The Economics and Econometrics of Active Labor Market Programs' (with R. Lalondae and J. Smith) O. Ashenfelter and D. Card Eds, Hand bookk of Labor Economics, North Holland, Vol. 3, 1999.

डॅनिअल मॅकफॅडन

1. 'Constant Elasticity of Substitution Production Functions', Review of Economic Studies, VOL. 30, No. 2,73-83, 1963.

2. 'The Measurement of Urban Travel Demand' (PDF file, 1.8 M) Journal Of Public Economics, Vol. 3, No. 4, 303-28, 1974.

3. 'Conditional Logit Analysis of Qualitative Choice Behaviour', (PDF file, 3.2 M) in P. Zarembka (ed.), Frontiers In Econometrics, 105-42, Academic Press : New York, 1973.

4. 'Econometric Models of Probabilistic Choice', in C.F. Manski and D. McFadden (eds.) Structural Analysis of Discrete Data With Econometric Applications, 198-272, MIT Press: Cambridge, MA, 1981.

5. Specification Tests for the Multinomial Logit Model,' with J. Hausman, Econometrica VOL. 52, No. 5, 1219-40, September, 1984.

6. 'Econometric Analysis of Qualiative Response Models, in Z. Grilliches and M. Intrillgator (eds.) Hand Book of Econometrics, VOL II, 1396-1456,Elsevier: Amsterdam, 1984.

7. 'Regression - Based Specification Tests for the Multino-mial Logit Model', Journal of Econometrics VOL. 34, No. 1/2, 63-82, 1987.

8. 'Comment on Joel Horowitz and George Neumann', Semiparametric Estimation of Employment Duration Models, with A. Han, Econometric Reviews, VOL. 6, No. 2, 257-270, 1987/1988.

9. 'A Method of Simulated Moments for Estimation of Discrete Response Models Without Numerical Intergration,' Econometrica, VOL.57, No.5, 995-1026, September 1989.

10. 'Estimation by Simulation', with P. Ruud, The Review of Economics and Statistics, Vol. 76, No. 4, 591-608, November, 1994 (Abstract).

11. 'Simulation of Multivariate Normal Rectangle Probabili-ties and Their Derivatives : Theortical and computational Results', with V. Hajivassiliou and P. Ruud, Journal Of Econometrics, 72, No. 1-2, 85-134.May-June 1996. (Abstract)

12. 'The Method of Simulated Scores with Application to Models of External Debt Crisis, 'with V. Hajvassiliou,

Econometrica, Vol. 66, No. 4, 863-896, July 1998.
13. 'Specification of Econometric Models,' Econometrica, 1998.
14. 'A Robust Test for Stochastic Dominance', with L. Kickan and R. McFadden, Econometrica, 1998.
15. 'Incorporating Psychometric Data in Econometric Choice Models', Wioth T. Morikawa and M. Ben-Akiva, Journal of Econometrics, 1998. (Abstract)
16. The Evaluation of Development Programmes. The Review fo Economic Studies 34, No. 1.. 25 -50, 1967.
17. 'Criteria for Public Investment: Comment,' The Journal Of Political Economy. . 80 No. 6, 1295-1313, November/ December 1972
18. 'A Simple Remark on the Second Best Pareto Optimality of Market Equilibria Journal of Economic Theory, 1, No. 1, 26-38, June 1969.
19. 'A Two-Level Electricity Demand Model', with J. Hausman and M. Kinnucan Journal of Econometrics, Vol. 3, 263-289, 1979.
20. 'An Econometric Analysis of Residential Electric Appliance Holdings and Consumption', with J. Dubin, Econometrica, VOL. 52, No. 2, 345, 302, March 1984
21. 'Estimation of Response Probabilities from Augmented Retrospective Observations', with D. Hsich and C. Manski, Journal Of The American Statistical Association, Vol. 80, No. 391, 651 -662, September 1985.
22. 'Referendum Contingent Valuation Anchoring and Willingness to pay for Public Goods,' with D. Green, K Jacowitz, and D. Kahneman, Resource and Energy Economics. Vol. 20, 85-116, 1998.

◆ ◆ ◆

४
नोबल नोबेल्स २००१
ॲकरलॉफ, स्पेन्स आणि स्टिग्लिझ

अर्थव्यवस्था सुस्थितीत असली तर त्यामुळे लोकांचे कल्याण साधते व समाजाचा सामाजिक आणि सांस्कृतिक विकास अधिक होतो. अर्थशास्त्राची सगळी धडपड अर्थव्यवस्थेला सुस्थितीत कसे आणता येईल याबाबत आपली समज कशी वाढवता येईल यासाठी चाललेली असते. अर्थव्यवस्थेची चांगली स्थिती ठरवणारा महत्त्वाचा घटक म्हणजे माहिती (Information) हा आहे. अर्थव्यवस्थेतल्या उद्योग-संस्था तसेच कुटुंबांना उपलब्ध वस्तू आणि सेवा आणि त्यांची खरेदी-विक्री याबाबत बरीच माहिती असणे आवश्यक असते. परंतु ही माहिती सर्वांनाच सारखी असते असे नाही. उलट ती असमानच असते. ही वस्तुस्थिती आहे. काहींना जास्त असते तर काहींना थोडीशीच असते. म्हणजेच ती असममिती (asymmetric) असते. उदाहरणार्थ : काही वेळा विक्रेत्यांना खरेदीदारांपेक्षा अधिक माहिती असते, तर काही वेळा याउलट स्थितीही असू शकते. माहितीच्या अशा कमी-जास्त ज्ञानामुळे, असममितीमुळे काही बाजारपेठांबाबत काही समस्या निर्माण होतात. २००१चे नोबेल पारितोषिक विजेत्या तीन अर्थशास्त्रज्ञांना अशा समस्यांच्या अर्थपूर्ण व संशोधक विश्लेषणाबद्दल देण्यात आले. ते तीन म्हणजे (१) जॉर्ज ए. ॲकरलॉफ (George A. Ackerlof), (२) ए. मायकेल स्पेन्स (A. Michael Spence) आणि (३) जोसेफ इ. स्टिग्लिझ (Joseph E. Stiglitz) हे तिघेही अमेरिकन आहेत.

रॉयल स्वीडिश ॲकेडमी ऑफ सायन्सेस या संस्थेतर्फे त्यांना हे पारितोषिक देण्यात आले. हे सांगताना गौरवपत्रात म्हटले आहे की, असममिती माहितीच्या बाजारपेठांच्या त्यांनी केलेल्या विश्लेषणाबद्दल त्यांना ते देण्यात येत आहे. (For their analysis of markets with asymmetric information)

बहुतेक बाजारपेठांमध्ये माहितीची असमानताच असते. किंबहुना ते बाजारपेठांचे एक समान वैशिष्ट्यच झाले आहे. बाजारपेठांमधील विक्रेते आणि ग्राहक यांना असलेल्या माहितीत खूप तफावत आणि असमानता असते. उदाहरणार्थ, वस्तूच्या बाजारपेठेत वस्तूच्या गुणवत्तेबाबत, दर्जाबाबत विक्रेत्यांना ग्राहकांपेक्षा अधिक माहिती असते. रोजंदारीच्या श्रमिक बाजारपेठेत अर्जदार श्रमिकाला स्वत:च्या

कुवतीबाबत काम देणाऱ्या मालकापेक्षा अधिक जाण असते. अगदी विमा व्यवसायाचे जरी उदाहरण घेतले तरी असे दिसून येते की विम्यांची पॉलिसी घेऊन स्वत:चा विमा उतरवणाऱ्या पॉलिसी धारकाला जोखीमीची जाण विमा कंपनीपेक्षा जास्त असते.

अशा असमान माहितीच्या बाजारपेठांतील किंमतीवर आणि मालाच्या खरेदी-विक्रीवर काय परिणाम होतात तसेच, ज्यांना बाजापेठेतील परिस्थितीबाबत जास्त चांगली माहिती आहे. ते आणि ज्यांना कमी माहिती आहे ती मंडळी आपला बाजारपेठेतील व्यवहारांपासून मिळणारा लाभ वाढवण्यासाठी काय करू शकतात? इत्यादी प्रश्न निर्माण होतात. आणि या तीन नोबेल्सनी नेमक्या या प्रश्नांचे विश्लेषण केले. त्यांच्या विश्लेषण पद्धती इतक्या प्रभावी व परिपूर्ण ठरल्या की आज त्या अपरिहार्य (Indispensable) ठरल्या आहे. आज त्यांचा वापर खूप मोठ्या प्रमाणावर केला जात असून त्यांची व्याप्ती पारंपरिक शेतमाल बाजारपेठेपासून ते आधुनिक वित्तीय बाजरपेठांपर्यंत विस्तारली आहे. त्यांच्या वापरामुळे आज अनेक महत्त्वाच्या प्रश्नांची उत्तरे मिळवणे सहजसाध्य झाले आहे. उदाहरणार्थ : खाजगी आरोग्यविमा खर्चिक का झाला आहे? विकसनशील देशात स्थानिक कर्ज बाजारात, पतपुरवठा बाजारात व्याजाचे दर चढे का राहतात? तसेच काही उद्योग त्यांच्यावर जबरदस्त कर आकारणी असूनही लाभांश कसा देऊ शकतात? या व अशा प्रश्नाचे समान उत्तर असे की बाजारपेठेतील माहितीची असममिती किंवा असमानता (asymmetry) व त्यामुळे काही घटकांना इतरांपेक्षा बाजारपेठेतील घटकांविषयी व परिस्थितीविषयी अधिक माहिती व समज असते.

या तीन अर्थशास्त्रज्ञांनी १९७०च्या दशकात असममिती माहिती असलेल्या बाजारांचे विश्लेषण करून अशा बाजारपेठांविषयी सर्वसामान्य सिद्धान्ताची पायाभरणी केली. त्याच्या उपयुक्ततेची व्याप्ती बरीच मोठी असून पारंपरिक शेतमाल बाजारपेठांपासून ते थेट आधुनिक वित्तीय बाजारपेठांपर्यंत तो लागू होणारा आहे. त्यांचे योगदान आधुनिक माहिती अर्थशास्त्राच्या दृष्टीने अत्यंत मूलभूत महत्त्वाचे आहे.

अशा रीतीने या तीन अर्थशास्त्रज्ञांच्या विश्लेषणाचा समान धागा माहितीची असममिती असलेल्या बाजारपेठा आहे. यापैकी प्रत्येकाचे विश्लेषण स्पष्ट करावयाचे आहे. त्याची सुरुवात त्या त्या नोबेलच्या जीवनचरित्राने करणे उचित होईल.

ॲकरलॉफ

जीवनचरित्र – ॲकरलॉफ

ॲकरलॉफ हे अमेरिकन नागरिक असून नोबेल पारितोषिक मिळाले तेव्हा ते अमेरिकेतील बर्कले येथील कॅलिफोर्निया विद्यापीठात गोल्डमन प्रोफेसर ऑफ इकॉनॉमिक्स होते आणि त्या पदावर ते १९८०पासून होते. त्यांचा जन्म १७ जून १९४० रोजी न्यू हॅवन, कॅनेक्टिकट येथे झाला. १९६२ मध्ये ते येल विद्यापीठातून पदवीधर (बी.ए.) झाले आणि १९६६ मध्ये मॅसॅच्युसेटस् इन्स्टिट्यूट ऑफ टेक्नॉलॉजीतून त्यांनी पीएच्.डी. पदवी मिळवली. त्यांनी आपल्या करीयरची सुरुवात कॅलिफोर्निया विद्यापीठातून केली व १९६६ ते ७० पर्यंत ते तिथे ॲसिस्टंट प्रोफेसर म्हणून होते. याच कालावधीत ते एक वर्षभर (१९६७–६८) भारतात कलकत्त्याच्या इंडियन–स्टॅटिस्टिकल इन्स्टिट्यूट मध्ये व्हिजिटिंग प्रोफेसर होते, तर १९६९च्या ग्रीष्मात हार्वर्ड विद्यापीठात रिसर्च ॲसोसिएट होते. १९७० नंतर त्यांनी विविध संस्थात सल्लागार म्हणून व विद्यापीठात अध्यापनाचे काम केले. १९७८ ते ८० दोन वर्षे ते इंग्लंडमध्ये लंडन स्कूल ऑफ इकॉनॉमिक्स मध्ये कॅसेल प्रोफेसर ऑफ मनी ॲण्ड बँकिंग होते व १९८०पासून ते पुन्हा कॅलिफोर्निया विद्यापीठात अर्थशास्त्राचे प्राध्यापक म्हणून आले.

त्यांच्या पत्नी जॅनेट येलेन यादेखील अर्थशास्त्रज्ञ असून त्या कॅलिफोर्निया विद्यापीठाच्या हास स्कूल ऑफ बिझिनेस मध्ये अर्थशास्त्राच्या प्राध्यापिका आहेत. त्यांचा २७ वर्षांचा मुलगा रॉबर्ट हा देखील अर्थतज्ज्ञ असून येल विद्यापीठात आहे.

ॲकरलॉफ यांना अनेक मानसन्मान आणि ॲवॉर्डस् मिळाली व अनेक मानाच्या पदांवर त्यांची नेमणूक झाली. त्यांनी आयुष्यभर अर्थशास्त्राच्या अभ्यासाला व संशोधनाला वाहून घेतले व त्याची परिणती त्यांच्या विपुल लेखनात झाली. अनेक लेख, पुस्तके आणि संशोधन अहवाल त्यांच्या नावावर आहेत.

त्यांना ६१व्या वर्षी हा नोबेल पुरस्कार मिळाला. २००१चा नोबेल पुरस्कार मिळाल्यामुळे ते नोबेल पुरस्कार मिळवणारे कॅलिफोर्निया विद्यापीठातील १८वे प्राध्यापक ठरले आहेत.

ॲकरलॉफ यांचे योगदान

ॲकरलॉफ यांनी १९७० साली लिहून प्रसिद्ध केलेला The Market for Lemons हा लेख म्हणजे माहितीच्या अर्थशास्त्रावरील साहित्यातील एक महत्त्वाचा अभ्यास आहे. हा अभ्यास म्हणजे या विषयावरील मूलगामी स्वरूपाचे योगदान ठरला आहे. या लेखाच्या शीर्षकातील लेमन या सर्वसामान्यांच्या बोलीभाषेतील रुढ शब्दाचा अर्थ वापरात असलेली सदोष जुनी मोटरगाडी असा आहे. हा शब्द आता अर्थशास्त्रज्ञांच्या सैद्धान्तिक शब्दसंग्रहात सुप्रसिद्ध रूपक म्हणून वापरात आला आहे. ॲकरलॉफ यांची 'जुन्या सदोष मोटरगाड्यांचा बाजार' ही एक साधी पण गहन आणि सार्वत्रिक कल्पना आहे. तिचे अनेक गर्भितार्थ असून विपुल व्यावहारिक उपयोग देखील आहे. या त्यांच्या लेखाद्वारे त्यांनी असममिती माहिती असलेल्या बाजारपेठांच्या विश्लेषक संशोधनाची मेढ रोवली. त्यांनी असे दाखवून दिले की अनेक बाजारपेठांमध्ये विक्रेत्यांनाच ग्राहकांपेक्षा मालाच्या दर्जाची, गुणवत्तेची अधिक जाण व माहिती असते. त्या वस्तूच्या कोणत्याही विशिष्ट किमतीला उच्च दर्जाच्या मालाचा विक्रेता आपला माल विकायला नाखूष असतो, तर हलक्या दर्जाच्या मालाचा विक्रेता त्या किमतीला आपला माल विकायला खुषीने तयार असतो. त्यावरून विचारवंत जे ग्राहक आहेत त्यांना रास्तपणाने अशी शंका येते की त्या किमतीला खुषीने विकला जाणारा माल हा हलक्या प्रतीचाच असणार. परिणामी त्या हलक्या मालाच्या किंमती आणखी घसरतात. याचा परिणाम असा होतो की उच्च दर्जाचा माल विकणारे विक्रेते बाजर सोडून जाऊ लागतात. ही क्रिया सतत चालू राहून शेवटी बाजारात फक्त हलक्या दर्जाचा मालच उरतो व विक्रीसाठी ग्राहकांपुढे मांडला जातो व त्याचीच खरेदीसाठी पसंती व निवड केली जोत. यालाच ॲकरलॉफ

प्रतिकूल निवड (adverse) म्हणतात व ती महितीविषयक असमानतेतून (informational asymmetries) अस्तित्वात येते. मोटारगाड्या खरेदीदारांना अपुरी किंवा अपरिपूर्ण माहिती असल्याने हलक्या प्रतीच्या व सदोष अशा जुन्या मोटारगाड्यांच्या (Lemons) विक्रेत्यांचे फावते आणि ते इतर दर्जेदार मोटारगाड्यांच्या विक्रेत्यांना बाजारपेठेतून बाहेर घालवून लावतात व ग्राहकांना हलक्या मोटारगाड्या विकत घ्यायला भाग पाडतात. ॲकरलॉफ यांनी असे दाखवून दिले की माहितीविषयक समानतेचे अस्तित्व विशेषकरून विकसनशील अर्थव्यवस्थांमध्ये असते व त्यामुळे तथे प्रतिकूल निवड विशेषत्वाने अस्तित्वात असते. अशा प्रकारच्या निवडीचे उदाहरण ॲकरलॉफ यांना भारतातील १९६०च्या दशकातील पतबाजारात (credit markets) आढळले व अशा बाजारात स्थानिक कर्जदाते मोठ्या शहरातील व्याजदरांपेक्षा दुप्पट दर आकारत होते, असे त्यांना आढळून आले. त्यांच्या लेखातील इतर उदाहरणे म्हणजे वयस्कर नागरिकांना आरोग्य विमा उतरवून घेण्यात येणाऱ्या अडचणी, तसेच श्रमिक बाजारपेठेत अल्पसंख्यांकांच्या बाबतीत करण्यात येणारे भेदभाव ही आहेत.

मार्मिक दृष्टी

ॲकरलॉफ यांच्या 'लेमन्स'या लेखात त्यांची एक मर्मदृष्टी (insight) दिसून येते. असमान माहितीचे बाजाराच्या कार्यक्षमतेवर होणारे विरोधी परिणाम दूर करण्यासाठी आर्थिक घटकांना चांगली उत्तेजने मिळू शकतील व त्यादृष्टीने बाजारात असमान माहितीमुळे निर्माण होणाऱ्या समस्या सोडविण्यासाठी विविध उपाय निघू शकतील. उदाहरथार्थ : मोटारगाड्यांच्या विक्रेत्यांकडून हमी (guarantee) घेणे, ब्रँडस् निर्माण करणे, साखळी भांडारे (chain stores) उभारणे, फ्रँचाइसी नेमणे, इ.

संकीर्ण

ॲकरलॉफ यांनी असमान माहिती संबंधीच्या संशोधनाव्यतिरिक्त समाजशास्त्र (sociology) व सामाजिक मानववंशशास्त्र (Anthropology) या शास्त्रांमधून मर्मदृष्टी (insights) घेऊन त्यांच्या साहाय्याने आर्थिक सिद्धान्त विकसित केला आहे आणि याबाबतीत त्यांचे श्रमबाजारांमधील कार्यक्षमतेसंबंधीचे योगदान लक्षणीय आहे. तसेच त्यांनी जाती व्यवस्थेसारख्या सामाजिक संस्थांमुळे आर्थिक कार्यक्षमतेवर कसे विपरीत परिणाम घडून येतात हेही स्पष्ट केले आहे. अशा विविध शास्त्रांतर्गत केलेल्या संशोधनामुळे ॲकरलॉफ यांचे एकूणच सर्व संशोधन इतर सामाजिक शास्त्रांमध्येही प्रभावी ठरले आहे आणि त्यांचे श्रेय फार मोठे आहे.

ए. मायकेल स्पेन्स

ए. मायकेल स्पेन्स – जीवनचरित्र

प्रा. मायकेल स्पेन्स हे अमेरिकन नागरिक असून त्यांचा जन्म १९४३मध्ये माँटेक्लेअर, न्यूजर्सी येथे झाला. त्यांनी ऑक्सफर्ड विद्यापीठातून बी.ए. (१९६६) आणि एम्.ए. (१९६८) केले आणि हार्वर्ड विद्यापीठाची १९७२ मध्ये डॉक्टरेट मिळविली. त्यांच्या पीएच्.डी. प्रबंधाला उत्कृष्ट प्रबंध म्हणून डेव्हिड ए. वेल्स पारितोषिक मिळाले. १९७३ ते ७५ अशी दोन वर्षे त्यांनी अर्थशास्त्राचे असोसिएट प्राध्यापक म्हणून स्टॅनफोर्ड विद्यापीठात अध्यापन केले. १९७५ ते ९० अशी पंधरा वर्षे ते त्याच विद्यापीठात अर्थशास्त्राचे आणि बिझिनेस ॲडमिनिस्ट्रेशनचे प्राध्यापक म्हणून होते. १९८३ मध्ये त्यांना अर्थशास्त्र विमागाचे चेअरमन करण्यात आले. आणि त्याचबरोबर जॉर्ज गंड प्रोफेसर ऑफ इकॉनॉमिक्स आणि बिझिनेस ॲडमिनिस्ट्रेशन हे पद बहाल करण्यात आले. १९७८मध्ये त्यांना उत्कृष्ट शिक्षक म्हणून जॉन केनेथ गालब्रेथ पारितोषिक देण्यात आले. १९८१मध्ये त्यांना आर्थिक विचार व ज्ञान यासाठी महत्त्वाच्या योगदानाबद्दल जॉन बेटस् क्लार्क पदक बहाल करण्यात आले.

१९८४ ते ९० या काळात त्यांनी हार्वर्ड विद्यापीठाच्या कला आणि विज्ञान अभ्यासशाखेचे डीन म्हणून काम केले. १९९१ ते ९७ अशी ६ वर्षे ते सायन्स टेक्नॉलॉजी आणि इकॉनॉमिक पॉलिसी यासंबंधीच्या नॅशनल रिसर्च कौन्सिल बोर्डाचे चेअरमन होते. या सर्व कालावधीत १९७७ ते ७९ ते इकॉनॉमिक ॲडव्हायझरी पॅनेलचे सदस्यही होते. तसेच अमेरिकन इकॉनॉमिक रिव्ह्यू आणि इतर अशाच आर्थिक नियतकालिकांच्या संपादक मंडळावर सदस्य म्हणून स्पेन्स नेमले गेले होते.

२००१ चे नोबेल मिळाले त्यावर्षी ते ५८ वर्षांचे होते आणि स्टॅनफर्ड विद्यापीठात अर्थशास्त्राचे प्राध्यापक होते.

स्पेन्स यांचे योगदान

ॲकरलॉफ यांनी आपल्या विश्लेषणातून असे दाखवून दिले की बाजारातील माहितीच्या असमानतेमुळे त्या त्या वस्तूची बाजारपेठ संकटात सापडते व त्यासाठी त्यांनी निरनिराळी उदाहरणे दिली. मायकेल स्पेन्स यांनी एक पाऊल पुढचे टाकले आणि अशा परिस्थितीवर कशी मात करता येईल याचे विश्लेषण केले. यासंबधीचा त्यांचा विश्लेषक लेख १९७३मध्ये प्रसिद्ध झाला. त्यात त्यांनी सूचक संकेताचा (signals) विचार मांडला आणि सांगितले की श्रमबाजारात उत्पादकतेचा सूचकसंकेत रोजंदारीसाठी अर्ज करणाऱ्या श्रमिकाचे शिक्षण हा असतो. तसेच त्यांनी असाही व्यापक विचार मांडला की बाजारपेठेतील विक्रेत्यांनी आपल्या मालाच्या दर्जाची माहिती देणारे सूचकसंकेत (signals) दिले पाहिजे. नोकरीसाठी अर्ज करणाऱ्या तरुणांच्या क्षमतेबद्दल मालक वर्गाला नीट माहिती नसते. त्यामुळे अशा नोकरी हवी असलेल्या तरुणांनी आपल्या शिक्षणाची पदव्यांची व त्याद्वारे आपल्या शैक्षणिक पात्रतेची माहिती दिली पाहिजे म्हणजे आपला दर्जा, पातळी यांची नोकरी देणाऱ्या मालकांना कल्पना येऊ शकेल.

स्पेन्स यांचा हा बाजार सूचक संकेताचा विचार एवढा महत्त्वाचा ठरला की नंतरच्या अनेक संशोधनामध्ये त्याचे व्यावहारिक उपयोग (applications) दिसून येतात व त्यावरून निरनिराळ्या बाजारपेठात अशा संकेतांचे महत्त्व किती मोठे आहे हे स्पष्ट होते. अशा संकेतांची (signals) अनेक उदाहरणे देता येतील. उदा. भारी उत्पादकतेचे संकेत देणाऱ्या महागड्या जाहिराती देणे, तसेच व्यापक प्रमाणावर हमी (guarantees) देणे, उद्योगाच्या भावी भरभराटीचे संकेत देण्यासाठी शेअर होल्डर्सना डिव्हिडंडस् जाहीर करणे व वाटणे – त्यावर कंपनीला भांडवली नफा करापेक्षादेखील

जादा कर भरावा लागणार असला तरी, बाजारपेठेचे सामर्थ्याचा संकेत म्हणून आक्रमकपणाने किंमत कपाती अंमलात आणणे, आपले सौदा सामर्थ्य (bargaining power) मोठे आहे हे दाखवण्यासाठी वाढीव वेतन प्रस्तावांना विलंब करण्याची खेळी खेळणे, उद्योगाच्या भरपूर नफा क्षमतेचे संकेत देण्यासाठी नवीन शेअर्स न काढता कर्ज उभारून वित्तपुरवठा गोळा करणे, भारी चलनवाढ ठामपणाने कमी करणारा संकेत देण्यासाठी मंदी निर्माण करणारी चलननीती अवलंबणे इत्यादी.

मायकेल स्पेन्स यांनी आपल्या बाजार संकेताच्या संशोधनाच्या जोडीला १९९६च्या नोबेल्स विक्रे आणि मिरलीस यांचे संशोधन निष्कर्षाचे भाकीत म्हणा किंवा त्यांची पूर्वपिठिका तयार करण्याचे काम केले आहे व त्या निष्कर्षांचा उपयोग विमा बाजारपेठेच्या विश्लेषणासाठी वापरण्याचा मार्ग त्यांनी जणू आखून ठेवला. १९७५-८५ या काळात खेळ सिद्धान्ताची (Game theory) जी लाट आली त्या प्रेरणेतून जे संशोधनाचे काम झाले त्याने औद्योगिक संघटनाचा तथाकथित नवा सिद्धान्त आला. त्या अनुषंगाने व्यूहात्मक बाजारपेठेतील वागणुकीबाबतचे अनेक पैलू स्पष्ट झाले आणि याचे श्रेय स्पेन्स यांनाच द्यावे लागेल व हेही त्यांचे महत्त्वाचे योगदान मानावे लागेल.

जोसेफ स्टिग्लिझ – जीवनचरित्र

अमेरिकेचे नागरिक असलेल्या जोसेफ स्टिग्लिझ यांचा जन्म १९४३मध्ये इंडियाना राज्यांतील गॅरी गावी झाला. त्यांनी ॲमहर्स्ट कॉलेजमधून पदवी घेतल्यानंतर १९६७ मध्ये मॅसॅच्युसेटस् इंन्स्टिट्यूट ऑफ टेक्नॉलॉजीतून (MIT) पीएच.डी मिळवली. १९७०मध्ये ते येल विद्यापीठात प्राध्यापक म्हणून लागले. त्यानंतर त्यांनी प्रिंसटन, स्टॅनफर्ड, एम्.आय.टी. याही विद्यापीठांमधून अर्थशास्त्राचे प्राध्यापक म्हणून काम केले. याशिवाय ते ऑक्सफर्डमध्ये ड्रयूमॉंड प्रोफेसर म्हणून होते. तसेच ऑक्सफर्डच्या ऑल सोलस् कॉलेजचे फेलो म्हणूनही होते. १९७९मध्ये त्यांना जॉन बेट्स क्लार्क ॲवॉर्ड देण्यात आले. हा पुरस्कार अमेरिकन इकॉनॉमिक्स असोसिएशनतर्फे ४० वर्षांखालील अर्थशास्त्रज्ञांना त्यांच्या अर्थशास्त्रातील केलेल्या महत्त्वपूर्ण योगदानाबद्दल दिला जातो. २००१चे हे नोबेल पारितोषिक मिळाले त्यावेळी ते कोलंबिया विद्यापीठात अर्थशास्त्र आणि वित्तपुरवठा या विषयाचे प्राध्यापक होते.

स्टिग्लिझ यांनी विविध उच्च पदांवर कार्य केले आहे. बिल क्लिंटन अमेरिकेचे राष्ट्राध्यक्ष असताना त्यांच्या कारकीर्दीत स्टिग्लिझ इकॉनॉमिक ॲडव्हर्टायझर्स कौन्सिलचे ते सदस्य होते. (१९९३ ते १९९५) नंतर १९९५ मध्ये ते या कौन्सिलचे

जोसेफ स्टिग्लिझ

चेअरमन झाले व १९९५ ते ९७ अशी दोन वर्षे त्यांनी हे पद भूषविले. त्यानंतर १९९७ मध्ये ते जागतिक बँकेचे प्रमुख अर्थशास्त्रज्ञ आणि बँकेचे ज्येष्ठ उपाध्यक्ष झाले. या पदांवर ते १९९७ ते २००० अशी तीन वर्षे होते.

स्टिग्लिझ हे नुसतेच अर्थतज्ज्ञ नव्हेत तर त्याचबरोबर आर्थिक शिक्षण देणारे ज्येष्ठ शिक्षक म्हणून नावाजलेले आहेत. त्यांनी अर्थशास्त्रावर क्रमिक पुस्तके लिहिली असून त्यांची अनेक भाषांमधून भाषांतरे झाली आहेत. त्यांनी दी जर्नल ऑफ इकॉनॉमिक परस्पेक्टिव्हज् हे आर्थिक जगतातील एक नावाजलेले आणि वजनदार नियतकालिक सुरू केले. त्यांनी २००१ मध्ये लिहिलेले 'ग्लोबलायझेशन आणि इटस् डिस्कंटेंटस्' हे पुस्तक आंतरराष्ट्रीय बेस्ट सेलर असून त्याचे वीस भाषांत भाषांतर झाले आहे.

२००१च्या अर्थशास्त्रातील तीन नोबेल पारितोषिक विजेत्यातील स्टिग्लिझ हे सर्वात नावाजलेले अर्थशास्त्रज्ञ आहेत. त्यांनी आधुनिक अर्थशास्त्रातील जवळजवळ सगळ्याच शाखांमध्ये अभ्यास आणि संशोधन केले आहे. जागतिक बँकेचे प्रमुख अर्थतज्ज्ञ असलेल्या स्टिग्लिझ यांचे काही तात्त्विक तसेच धोरणविषयक मतभेद झाल्याने ते २००० मध्ये या बँकेतून बाहेर पडले. त्यांना भारतीय अर्थव्यवस्थेच्या

भरभराटीत रस असून भारताला त्यांनी अनेक वेळा भेट दिली आहे. इथे त्यांना मानणाराही वर्ग मोठा आहे. माहितीच्या अर्थशास्त्रात त्यांना विशेष रस असून बावीस वर्षांपूर्वीच १९८६मध्ये त्यांनी ब्रुसग्रीनवास्ड यांच्यासमवेत 'अपुऱ्या माहितीचे परिणाम' यावर एक प्रबंध लिहिला आणि हे परिणाम प्रत्यक्षात कसे होतात याची प्रचिती १९९७-९८च्या आशियाई चलन संकटात आली व स्टिग्लिझ यांच्या द्रष्टेपणाची साक्ष पटली. नाणेनिधीने उध्वस्त झालेल्या अर्थव्यवस्थांवर चलनविषयक आणि आर्थिक बंधने लादली. त्याने त्या अर्थव्यवस्थांचा आजार बरा होणे तर दूरच राहो, उलट तो अधिक बळावला. त्यामुळे स्टिग्लिझ यांनी नाणेनिधीवर 'धिस इज बॅड इकॉनॉमिक्स अॅण्ड वर्स सायकॉलॉजी' अशा कडक शब्दात निस्पृहपणाने टीका केली. ते बाजारपेठवादी अर्थशास्त्रज्ञ असले तरी त्यांचा बाजारवाद बेबंद आणि पूर्ण निर्हस्तक्षेपवादी अनिर्बंध बाजारवाद नसून उलट अशा बाजारवादास वेसण घालून त्याला मानवी चेहरा (human face) देऊन माणुसकीचे अधिष्ठान देणारा आहे.

माहितीविषयक - माहितीविषयक

स्टिग्लिझ यांचे मुख्य योगदान हे त्यांच्या प्रसिद्ध लेखात दिसून येते. हा लेख त्यांनी मायकेल रॉथ्सचाईल्ड यांच्या सहयोगाने लिहिला आहे. विमा कंपन्यांना त्यांच्या वैयक्तिक ग्राहकांच्या जोखमीच्या परिस्थितीबद्दल फारशी माहिती नसते. त्यामुळे माहिती विषयक समस्या कशा हाताळायच्या व सोडवायच्या हे स्टिग्लिझ यांनी आपल्या या लेखात दाखवून दिले आहे. स्टिग्लिझ यांचा हा अभ्यास म्हणजे अॅकरलॉफ आणि स्पेन्स या दोघांनी केलेल्या विश्लेषणांना पूरक असा आहे. या विश्लेषणातून असमान माहितीच्या बाजारपेठेत माहिती नसलेले घटक कोणती पावले उचलू शकतील याचा अभ्यास केलेला आहे. स्टिग्लिझ यंनी आपल्या शोधनिबंधात असे म्हटले आहे की, पॉलिसीहोल्डरच्या जोखीमांविषयी फारशी काही माहिती नसलेली किंवा अनभिज्ञ असलेली विमा कंपनी त्या विमा पॉलिसी ग्राहकांना तपासणी पटलाद्वारे (Screening) त्यांच्या जोखीमाविषयीची माहिती उघड करण्यास उद्युक्त करण्याकरता प्रभावी प्रलोभने देऊ शकते. एकदा का अशा तपासणी पटलाद्वारे विमाधारकांच्या जोखमीविषयीची माहिती कळली की विमा कंपनी आपल्या विमाधारकांचे निरनिराळ्या वर्गात त्यांच्या जोखमीनुसार वर्गीकरण करू शकते व त्यांच्या समोर कमी हप्ते किंवा भारी वजावटीच्या पर्यायी विमायोजना मांडून त्यातून त्यांना निवड करायला सांगू शकते.

स्टिग्लिझ यांनी विपुल लिखाण केले आणि त्यात अनेकांना त्यांनी सहलेखक म्हणून सहभागी करून घेतले.आपल्या अनेक शोधनिबंधांमधून त्यांनी असे प्रतिपादन

केले आहे की जी आर्थिक प्रतिमाने (economic models) माहितीच्या असमानतेची (informational asymmetries) दखल न घेणारी आहेत ती प्रतिमाने दिशाभूल करणारी (misleading) आहेत. त्यांच्या मते असममाहितीच्या (asymmetric information) परिस्थितीत पुष्कळशा बाजारपेठा संपूर्णपणाने वेगवेगळी दर्शनी स्वरूपे (guise) धारण करतात. स्टिग्लिझ यांनी असमान माहितीचे गर्भितार्थ (implications) निरनिराळ्या संदर्भात विश्लेषण केले आहे. अगदी बेरोजगारी पासून ते थेट उचित कर पद्धतीपर्यंत.

वित्तबाजारविषयक

त्यांनी अँड्र्यू वीझ यांच्या सहभागाने असममाहिती असलेल्या पतबाजाराचा अभ्यास केला. त्यात त्यांनी   असे दाखवून दिले की बुडीत कर्जापासून होणारे नुकसान कमी करण्यासाठी कर्जावरचा व्याजदर वाढवण्याऐवजी बँकांनी कर्जाचे आकारमान सीमित करणे हेच श्रेयस्कर आहे. आज पतपुरवठ्याचे नियंत्रित वाटप ((credit rationing) इतके सर्रास रूढ झाले आहे की त्याऐवजी स्टिग्लिझ व वीझ यांनी सुचविलेला उपाय म्हणजे पतबाजाराविषयी अधिक वास्तववादी सिद्धान्ताच्या दृष्टीने टाकलेले हे महत्त्वाचे पाऊल आहे.

स्टिग्लिझ यांनी ग्रॉसमन यांच्या सहयोगाने वित्त पुरवठा बाजारातील कार्यक्षमतेचे विश्लेषण करून काढलेले निष्कर्ष ग्रॉसमन-स्टिग्लिझ विरोधाभास म्हणून उल्लेखले जातात. त्याचे हे निष्कर्ष वर वर विरोधी वाटतील पण प्रत्यक्षात ते वास्तव सत्य सांगणारे आहेत. निष्कर्ष असा की जर बाजार माहितीच्या दृष्टीने कार्यक्षम असेल म्हणजे जर सर्व संबंधित आवश्यक माहिती बाजारातील किंमतीतून दृश्य होत असेल तर कोणत्याही एका वैयक्तिक घटकाला ज्या माहितीवर किंमती आधारित आहेत ती माहिती मिळवण्यासाठी पुरेशी प्रेरणा राहणार नाही.

विकासाचे अर्थशास्त्र

स्टिग्लिझ हे आधुनिक विकास अर्थशास्त्राचे एक उद्घाते मानले जातात. त्यांनी असे दाखवून दिले आहे की असममिती माहिती आणि आर्थिक उत्तेजन या केवळ सैद्धान्तिक स्वरूपाच्या कल्पना नसून, अत्यंत मूर्त घटना असून त्यांना विकसनशील अर्थव्यवस्थांमधील संस्था आणि बाजार परिस्थिती यांच्या विश्लेषणात फार मोठे स्पष्टीकरणात्मक मूल्य आहे.

त्यांनी आपल्या माहितीविषयक समस्यांच्या अभ्यासात हिस्सेवारीने शेती करणे (share cropping) या पद्धतीचा स्पष्ट विचार मांडला आहे. ही पद्धत म्हणजे

पीक काढण्या विषयीची जमीनदार आणि कूळ शेतकरी यांच्यातील कराराची फार जुनी पद्धत आहे. यात करारानुसार, आलेले पीक दोहोंमध्ये समसमान व निम्मे निम्मे वाटून घेण्याचा करार केला जातो. या दोहोपैकी जमीनदार हा श्रीमंत असल्याने उभसतांच्या दृष्टीने जमीनमालकानेच सर्व जोखीम स्वत:च्या शिरावर घेणे हे अधिक श्रेयरस्कर ठरते. परंतु असे केले जात नाही व त्यामुळे हा करार कुळाला जमीन कार्यक्षमतेने कसण्यास उत्तेजन देत नाही. तसेच जर केले तर खरे म्हणजे ही पद्धत उभयतांना फायदेशीर ठरेल, कारण जमीनदाराला माहिती अगदी तोकडी असते. हंगामाच्या परिस्थितीची माहिती अगदी कमी प्रतीची असते तर कूळ शेतकऱ्याला ही माहिती मोठ्या प्रमाणावर असून त्याचे कष्टही खूप असतात. अशा परिस्थितीत जमीनदाराने सर्व जोखीम स्वत:च्या शिरावर घेतली तर ही शेअरक्रॉपिंगची पद्धत ही अत्यंत योग्य पद्धत ठरेल.

स्टिग्लिझ यांच्या अनेक योगदानांमुळे अर्थशास्त्रज्ञांची, बाजारांच्या कार्यप्रणाली बाबतची विचारपद्धतीच बदलून टाकली गेली. ॲकरलॉफ व स्पेन्स यांनी केलेल्या मूलभूत योगदानांचा जोडीने स्टिग्लिझ यांच्या योगदानांमुळे माहितीविषयक आधुनिक अर्थशास्त्राचा गाभाच भरला गेला.

❐

२००१च्या नोबेल अर्थशास्त्रज्ञांचे प्रमुख ग्रंथ आणि संशोधनपर लेख

(अ) जॉर्ज ॲकरलॉफ

1. An economic Theorist's Book of Tales, Cambridge University Press, 1984
2. Introduction in Efficiency Wage Theories of the Labour Market, edited with Janet Yellen, Cambridge University press 1986
3. Stability, Marginal Products. Putty and clay ink. Shell. Editor,The theory of Optimal Economic Growth, The MIT Press 1967.
4. Balanced Growth-A Razor's Edge? International Economic Review (October 1967) (with william B. Nordhaus.)
5. The Market for Lemons Quality Uncertainty and the market Mechanism.
   Quarterly Journal of Economics (August 1970)
6. Rational Models of Irrational Behaviour. American Economic Review (May 1987) with Janet Yellen
7. Economics and Identity (with Rachel Kranton) Quarterly Journal of Economics August 2000.
8. Measurement of Unemployment Duration as Guides to Research and Policy: American Economic Review (December 1983) with Brain Main.
9. Men without Chileren, Economic Journal March 1998.
10. Social Distance and Social Decisions (The Fisher-Shultz Lecture of the 1995 World Congress of the Econometric Society, Econometrica, September 1997)
11. An Analysis of out of wedlock Childbearing in the United States. Quarterly Journal of Economics, (withJenet Yellen and Michael Katz) May 1996.
12. The Fair Wage Effort Hypothesis and ~Unemployment. Quarterly Journal of Economics (May 1990) with Janet Yellen.

13. A near Rational Model of the Business Cycle with Wage and Price Inertia. Quarterly Journal of Economics (September 1985) with Janet Yellen.
14. Can Small Deviations from Rationality Make Significant Differences to Enonomic Equilibria? American Economic Review (September 1985) Janet Yellen.
15. Rational Models of irrational Behaviour. American Economic Review (May 1987) with J. Yellen.

(ब) मायकेल स्पेन्स

1. Market Signaling : Informational Transfer in Hiring and Related Processes, Cambridge, Havard University Press, 1974.
2. Regulatory Strategies for Pollution Control (with Martin Weizman) in A.F. Friedlaender (ed) Approaches to Controlling Pollution,MIT Press 1978.
3. Industrial Organisation in an Open Economy, with R.E. Caves and M.E. Porter, Harvard University Press, 1980.
4. The Optimal Control of Pollution (with E. Keeler and R.J. Zeckhauser), Journal of Economic Theory, February 1972.
5. Job Market Signaling, Quarterly Journal of Economics, Augus 1973.
6. Competitive and Optimal Responses to Signals: An Analysis of Efficiency and Distribution. Journal of Economic Theory, March 1974.
7. Informational Aspects of Market Structures : An Introduction, Quarterly Jounal of Economics, 1976.
8. The Effect of theTiming of Consumption Decisions and the Resolution of Uncertainty on the Choice of Lotteries (with R.J. Zeckhauser), Econometrica, March 1972.
9. Competition in Salaries, Credentials and Signaling Prerequisites for Jobs. The Quarterly Journal of Economics, February 1976.

(क) जोसेफ स्टिग्लिझ

1. Economics of the Public Sector : Third Ediion (2000)
2. Economics, Second Edition (1997)
3. Principles of Microeconomics Second Edition (1997)
4. Principles of Macro Economics Second Edition (1997)
5. Rethinking the East Asia Miracle (Edited book with Shahid Yusuf) 2001.
6. Capital, Wages and Structural Unemployment. Economic Journal, June1969, with George Akerlof.

◆ ◆ ◆

५
नोबल नोबेल्स २००२
डॅनियल काह्नेमन आणि व्हर्नॉन स्मिथ

२००२ सालचे नोबेल पारितोषिक प्रिन्सटन विद्यापीठातील प्रा. डॅनिएल काह्नेमन आणि व्हर्जिनिया येथील जॉर्ज मॅसन विद्यापीठातील प्रा. व्हर्नॉन स्मिथ या दोघांना समान विभागून देण्यात आले. हा पुरस्कार त्यांना आर्थिक बाजारपेठेतील निर्णय प्रक्रियेत आणि वर्तणुकीच्या संदर्भात मानसशास्त्रीय व प्रयोगशील अर्थशास्त्राचा कशा प्रकारे उपयोग करून घेता येतो, यासंबंधीचे मूलभूत संशोधन त्यांनी केल्याबद्दल देण्यात आला आहे. डॉ. काह्नेमन यांना दिलेल्या गौरवपत्रात रॉयल स्वीडिश ॲकेडमीने म्हटले आहे की त्यांना हे पुरस्कार 'मानसशास्त्रीय संशोधनातून प्राप्त झालेले यथार्थ ज्ञान (insights) विशेषत: अनिश्चिततेच्या परिस्थितीत मानवी निवाडा आणि निर्णय घेणे, या संबंधीचे यथार्थ ज्ञान अर्थशास्त्रात संमिलित करून पूर्णत्वात नेल्याबद्दल,' देण्यात येत आहे.

("For having integrated insights from psychological research into economic science, especially concerning human judgement and decision - making under uncertainty")

व्हर्नॉन स्मिथ यांना दिलेल्या गौरवपत्रात ॲकेडमीने म्हटले आहे की त्यांना हा पुरस्कार 'प्रयोगशाळेतील प्रयोग हे अनुभवनिष्ठ (empirical) आर्थिक विश्लेषणाचे एक साधन म्हणून विशेषत: पर्यायी बाजारयंत्रणांच्या अभ्यासातील एक साधन म्हणून प्रस्थापित करण्याबद्दल,' देण्यात येत आहे. ("For having established laboratory experiments as a tool in empirical economic analysis, especially in the study of alternative market mechanisms")

डॅनियल काह्नेमन

डॅनियल काह्नेमन – जीवनचरित्र

काह्नेमन यांचा जन्म १९३४मध्ये इस्रायलमधील अव्हीव शहरात झाला. त्यांचे शिक्षण उच्चशिक्षण जेरूसलेम येथील हिब्रू विद्यापिठात झाले व तेथून त्यांनी १९५४ मध्ये मानसशास्त्र आणि गणित विषय घेऊन बी.ए. पदवी मिळविली. नंतर ते पुढील शिक्षणासाठी अमेरिकेत गेले व तेथे बर्कले विद्यापीठातून त्यांनी १९६१मध्ये मानसशास्त्रातील पीएच्.डी. मिळविली.

काह्नेमन यांना इस्रायल आणि अमेरिका दोनही देशांचे नागरिकत्व आहे. त्यांनी हिब्रू विद्यापीठ (जेरूसलेम) ब्रिटिश कोलंबिया विद्यापीठ, कॅनडा, बर्कले विद्यापीठ, मिशिगन विद्यापीठ, हार्वर्ड विद्यापीठ व केंब्रिज विद्यापीठ अशा निरनिराळ्या संस्थात प्राध्यापक म्हणून काम केले आहे. १९९३पासून ते प्रिन्सटन विद्यापीठात मानसशास्त्र आणि पब्लिक अफेअर्सचे प्राध्यापक म्हणून आहेत. नोबेल पुरस्कार मिळाला तेव्हा ते ६८ वर्षांचे होते व प्रिन्सटन मध्येच प्राध्यापक होते.

काह्नेमन यांनी अनेक लेख व पुस्तके लिहिली असून ते जर्नल ऑफ रिस्क ॲण्ड अन्सर्टंटी, थिंकिंग ॲण्ड रीझनिंग, तसेच अर्थशास्त्रीय व तत्त्वज्ञानविषयक नियतकालिकांच्या संपादक मंडळाचे सदस्य म्हणून काम करीत आहेत.

डॅनियल काह्नेमन आणि व्हर्नॉन स्मिथ / (५७)

व्हर्नॉन स्मिथ

व्हर्नॉन स्मिथ – जीवनचरित्र

व्हर्नॉन स्मिथ यांचा जन्म अमेरिकेतील कन्सास राज्यातील विचिता या गावी १ जानेवारी १९२७मध्ये झाला. विचिता गावाजवळच्या एका छोट्या शेतावर त्यांचे बालपण गेले. ते दिवस होते महामंदीचे (The Great Depression of the 1930). अत्यंत हलाखीत त्यांच्या कुटुंबाचे ते दिवस गेले. मंदी संपली तरी दारिद्र्य सरले नाही आणि त्यांना नोकरी करावीच लागली. १९४३मध्ये तासाला ६० सेंट्स अशा रोजंदारीवर त्यांना बोईंग विमान कंपनीत नोकरी करावी लागली. ती करताकरताच त्यांनी आपले शालेय शिक्षण सुरूच ठेवले. पुढे उच्च शिक्षणही घेऊन १९४५मध्ये ते कॅलिफोर्निया इन्स्टिट्यूट ऑफ टेक्नॉलॉजी मधून इलेक्ट्रिकल इंजिनियरिंग मधले पदवीधर झाले. त्यानंतर अर्थशास्त्रात रस निर्माण झाल्याने १९५१मध्ये कन्सार विद्यापीठातून त्यांनी अर्थशास्त्रातली मास्टर्स पदवी मिळविली. तेवढ्यावरच न थांबता १९५५मध्ये हार्वर्ड विद्यापीठातून त्यांची पीएच्.डी पदवी देखील मिळवली आणि ते परड्यू विद्यापीठात अध्यापनासाठी व्याख्याता म्हणून लागले.

नोबेल पुरस्कार मिळाला त्यावेळी ते ७५ वर्षांचे होते व व्हर्जिनियातील जॉर्ज मॅसन विद्यापीठातील आंतरराष्ट्रीय विभागात कार्य करत होते.

प्रायोगिक अर्थशास्त्र

पूर्वापार अर्थशास्त्राबद्दल असा समज आहे की अर्थशास्त्र हे काही प्रयोगशाळेत प्रयोग करून आपले निष्कर्ष मांडणारे शास्त्र नाही, तर निरीक्षणांवर आधारून अर्थशास्त्राचे सिद्धान्त मांडणारे शास्त्र आहे. या परंपरेनुसार आर्थिक सिद्धान्त आणि पुष्कळसे आर्थिक संशोधन हे अर्थपरायण मानव (homo economicus) या कल्पनेवर आधारित आहेत व त्यानुसार मनुष्य हा स्वहित या स्वार्थी हेतूने प्रेरित असून त्याच्यात विवेकी निर्णय घेण्याची क्षमता आहे आणि गृहिताचा उपयोग उपयोगिता सिद्धान्तासाठी (utility theory) करून तो अर्थशास्त्रातील पायाभूत सिद्धान्त मानून त्यावर अर्थशास्त्रातील अनेकविध निष्कर्ष अंतिम प्रतिमाने (models) आधारित आहेत. अशा रीतीने अर्थशास्त्र हे प्रयोगविरहित (non-experimental) शास्त्र असून ते प्रयोगशाळेच्या चार भिंतीच्या आत बंदिस्त परिस्थितीतील प्रयोगांवर विसंबून आपले सिद्धान्त मांडणारे व तपासून पाहणारे शास्त्र नसून वास्तव जगतातील अर्थव्यवस्थांचा व आर्थिक परिस्थितीचा अभ्यास करून निरीक्षणे करून त्यावर विसंबणारे शास्त्र आहे.

परंतु अलीकडच्या काळात या पारंपरिक दृष्टीकोनाला धक्का देणारा विचार मांडला जातो व पुरस्कारला जातो. प्रायोगिक अर्थशास्त्र (experimental economics) ही संकल्पना विकसित करण्यात येत आहे व आली आहे. अलीकडे पुष्कळसे आर्थिक संशोधन पायाभूत आर्थिक गृहीते तपासून पाहणे, त्यांच्यात बदल व सुधारणा घडवून आणणे यावर भर देणारे आहे. तसेच ते अर्थशास्त्रीय संशोधन बाजारपेठेतील किंवा सभोवतालच्या परिसरातील (field) माहितीवर भिस्त न ठेवता प्रयोगशाळेत गोळा करून ठेवलेल्या माहितीवर विसंबून राहणारे होत आहे. अशा प्रकारच्या संशोधनाची मुळे दोन वेगवेगळ्या परंतु अलीकडे एकमेकांशी निगडित होत चाललेल्या वैचारिक प्रांतांमध्ये दिसून येतात. एक म्हणजे बोधात्मक (cognitive psychologists) मानसशास्त्रज्ञांकडून केले जाणारे मानवी मतांचे आणि निर्णय घेण्याच्या प्रक्रियेचे विश्लेषण, आणि दोन, प्रयोगवादी किंवा प्रयोगशील अर्थशास्त्रज्ञांकडून (experimental economists) केली जाणारी आर्थिक सिद्धान्तातील भाकितांची अनुभवनिष्ठ (empirical) तपासणी. या दोन संशोधनप्रांतातील अग्रणी संशोधकांना (pioneers) काहनेमन आणि स्मिथ यांना हा नोबेल पुरस्कार देण्यात आला हे योग्यच आहे.

काह्नेमन यांचे योगदान

वर सांगितल्याप्रमाणे काहनेमन यांनी मानसशास्त्रातून मिळवलेले यथार्थज्ञान अर्थशास्त्रात एकत्र केले व त्याद्वारे संशोधनाच्या एका नवीन प्रांताची पायाभरणीच केली. त्यांचा मुख्य निष्कर्ष अनिश्चिततेच्या परिस्थितीत निर्णय घेण्याविषयीचा आहे आणि याबाबतीत त्यांनी असे निदर्शित केले आहे की प्रमाणित आर्थिक सिद्धान्ताने भाकित केलेल्या मानवी निर्णयांहून प्रत्यक्ष मानवी निर्णय भिन्न असू शकतील. पर्याय म्हणून त्यांनी ॲमॉस टूर्स्की यांच्याबरोबरीने प्रत्याशा किंवा भावीकालदर्शन सिद्धान्त (prospect theory) तयार केला व तो प्रत्यक्षात दिसून आलेले वर्तन अधिक चांगले स्पष्टीकरण देत असल्याचे दाखवून दिले. काहनेमन यांनी असाही शोध लावला की मनुष्य आपली मते व निर्णय ठरवताना आपल्या चुकांतून शिकण्यासारखे जवळचे मार्ग (short cuts) अनुसरेल आणि असे करताना तो पद्धतशीरपणाने संभवनीयतेच्या (Probability) मूलभूत तत्त्वांपासून दूर जाईल. त्यांच्या या शोधांमुळे त्यांनी अर्थशास्त्र आणि वित्तपुरवठा यात संशोधन करणाऱ्या नव्या पिढीला प्रेरणा दिली व बोधक मानसशास्त्रातील यथार्थ ज्ञानाचा (insights) वापर आंतरिक मानवी प्रेरणांसाठी (intrinsic human motivation) केला.

आर्थिक संशोधन असे गृहीत धरते की लोक मुख्यत्वेकरून भौतिक उत्तेजने मिळतील या आशेने प्रेरित होतात आणि तर्कसंगत पद्धतीने (rational way) निर्णय घेत असतात व ते प्रमाणित सांख्यिकीय तत्त्वांनुसार उपलब्ध माहितीचे संस्करण (Processing) करून अर्थव्यवस्थेच्या सद्यस्थितीचे आणि त्यांच्या वर्तनाचे/कृतीचे काय परिणाम होतील यांचे मूल्यमापन करत असतात असे मानले जाते. अपेक्षित उपयोगिता सिद्धान्तात हाच दृष्टीकोन स्वयंसिद्ध पद्धतीने स्वीकारला जातो आणि हाच सिद्धान्त अनिश्चिततेत निर्णय घेण्यासाठीचा प्रमुख सिद्धान्त असतो.

मानसशास्त्रांच्या दृष्टीने विचार करता त्या शास्त्रातला विशेषत: त्यातील बोधक मानसशास्त्र (Cognitive Psychology) या शाखेतला प्रचलित दृष्टीकोन असा आहे की मनुष्य ही एक पद्धती आहे व ती उपलब्ध माहितीचा सुजाणपणाने अन्वयार्थ लावते, पण इतर कमी सुजाण घटक परस्परांवर परिणाम करणाऱ्या प्रक्रियेत निर्णयावर प्रभावी परिणाम करत असतात. असे घटक म्हणजे आकलन, विशिष्ट परिस्थितीचा अर्थ लावण्यासाठी मानसिक प्रतिमान, भावना, प्रवृत्ती पूर्वीचे निर्णय आणि त्यांचे परिणाम यांच्या स्मृती.

मानवी वर्तणुकीविषयी केलेल्या पाहण्या आणि प्रयोग यावर आधारित व्यापक संशोधनात डॉ. डॅनियल यांनी काही निर्णयांच्या बाबतीत आर्थिक

तर्कसंगततेच्या (economic rationality) गृहीताबाबत साशंकता व्यक्त केली. प्रत्यक्षात निर्णय घेणारे संभाव्यतेच्या नियमांनुसार (laws of probability) अनिश्चित घटनांचे मूल्यमापन करताना आढळत नाहीत. त्याचप्रमाणे ते अपेक्षित उपयोगितेच्या महत्तमीकरणाच्या सिद्धान्तानुसार (law of expected utility maximization) निर्णय घेत नाहीत.

आपले सहाध्यायी ख्रिस्तवासी ॲमॉस ट्वेर्स्की यांच्या सहकार्याने केलेल्या अनेक अभ्यासांमधून काहनेमन यांनी असे दाखवून दिले आहे की भावी परिणामांबद्दलची ज्यात अनिश्चितता आहे अशा निर्णय घेण्याबाबतच्या गुंतागुंतीच्या (complex) परिस्थितीचे संपूर्ण विश्लेषण करण्यास लोक असमर्थ असतात. अशा परिस्थितीत ते चुका करत करत उत्तरे शोधण्याचा जवळच्या मार्गाचा किंवा अनुभवावर व सरावावर आधारित मार्गाचा अवलंब करतात.

निरनिराळ्या परिस्थितीत माणसे आपला कल कसा व्यक्त करतात याची विविध उदाहरणे काह्नेमन आणि ट्वेर्स्की यांनी सांगितली आहेत.एका प्रयोगात त्यांच्या असे लक्षात आले की माणूस दोन नमुन्यांचे आकारमान छोटे असो किंवा मोठे या दोनही नमुना आकाराला संभवनीय वितरण लागू असते असे गृहीत धरतो. त्यांना एका प्रयोगात असे आढळले की एखाद्या विशिष्ट दिवशी हॉस्पिटलमध्ये ६०% मुले (boys) जन्माला येण्याची शक्यता लहान हॉस्पिटलमध्ये तसेच मोठ्या हॉस्पिटलमध्ये सारखीच असते. नमुन्यांचे आकारमान वाढले की त्यांची सरासरी कमी होते हे लक्षात घेतले जात नाही.

प्रतिनिधित्वता

काह्नेमन यांनी वित्तीय अर्थशास्त्रांच्या क्षेत्रात एक जिवंत संशोधन क्षेत्र असते असे दाखवून दिले आणि त्याला त्यांनी वर्तणूकसंबंधीत वित्तव्यवहार (behavioural finance) अशी संज्ञा वापरली आणि हे क्षेत्र मानसशास्त्रातील यथार्थज्ञानाचा (insights) उपयोग वित्तीय बाजारपेठांचे कार्य कसे चालते हे समजण्यासाठी करते असे प्रतिपादन केले. आणखी एक धोपटमार्गी विचार त्यांनी मांडला व तो म्हणजे प्रतिनिधित्वाचा (representativeness) या संबंधात त्यांनी व ट्वेर्स्की यांनी एक प्रयोग केला – एका विशिष्ट वर्णनावरून त्यांनी व्यक्तिमात्रांची वर्गवारी 'सेल्समन' आहे की 'पार्लमेंट मेंबर' आहे, हे ठरवण्याचे काम लोकांवर

सोपवले. त्यांनी एका व्यक्तीचे वर्णन असे केले की त्याला राजकारणात रस आहे आणि त्या संबंधातील वादविवादात तो सहभागी होतो. या वर्णनावरून बहुसंख्य लोकांनी तो पार्लमेंट मेंबर असल्याचे सांगितले. खरे म्हणजे लोकसंख्येत पार्लमेंट मेंबर्सपेक्षा सेल्समनचे प्रमाण जास्त असताना त्यांनी त्याची वर्गवारी सेल्समन म्हणून करायला हवी होती. लोकांना तसे सांगूनही त्यांनी वर्णनावरून प्रतिनिधित्वतेबाबतचे त्यांचे मत बदलले नाही.

भावीकालदर्शन सिद्धान्त

काह्नेमन यांनी भावीकालदर्शन सिद्धान्त (Prospect theory) हा सिद्धान्त तयार केला व त्यांचा हेतू असा की अनुभवाधिष्ठित जी निरीक्षणे वास्तवात दिसून येतात (empirical observations) त्याचे स्पष्टीकरण करणे. पारंपरिक सिद्धान्ताच्या दृष्टिकोनातून जी मानवी वागणूक विसंगत व नियमबाह्य वाटते, तिचे अधिक चांगले स्पष्टीकरण करण्यासाठी देखील या सिद्धान्ताचा वापर करता येईल आणि अशा वर्तनाची उदाहरणे म्हणजे किरकोळ खरेदीवर मिळणाऱ्या अल्पशा सवलतीसाठी (discount) शेकडो मैल गाडीने जाऊन खूपसे पेट्रोल दवडणे आणि त्याचवेळी एखाद्या अधिक महाग वस्तूवर तेवढीच रकमेची बचत करण्यासाठी मात्र गाडीने जाण्यास नाखूष असणे, तसेच आयुष्यभराच्या उत्पन्नाची हानी होणार हे कळून सुद्धा वस्तूच्या वापराला विरोध करणे.

व्हर्नॉन स्मिथ यांचे योगदान

व्हर्नॉन स्मिथ हे प्रायोगिक अर्थशास्त्राचे आद्य प्रणेते म्हटले पाहिजे. कारण त्यांनी स्वत: प्रयोगांच्याद्वारे आर्थिक व बाजारपेठीय संशोधन केले आणि विशेष म्हणजे प्रायोगिक अर्थशास्त्रावरील पहिला शोधनिबंध त्यांनीच लिहिला. त्यांचे प्रेरणास्थान हार्वर्ड विद्यापीठातील चेंबरलिन होत. त्यांनी स्वत: काही प्रयोग केले आणि त्यातून स्मिथ यांना प्रेरणा मिळाली. चेंबरलिन यांनी केलेल्या प्रयोगात सहभागी झालेल्या व्यक्ती जोडीजोडीने सौदा करत असतात. (pairwise bargaining) स्मिथ यांचे मत असे होते की चेंबरलिन यांनी केलेले प्रयोग प्रत्यक्ष बाजारपेठेतील स्वरूपाचे करायला हवे होते .म्हणजे त्यांनी आपल्या प्रयोगातून काढलेले निष्कर्ष अधिक भरीव (concrete) आणि निश्चित झाले असते. स्मिथ यांनी चेंबरलिन

यांनी केलेल्या प्रयोगातील उणेपणा भरून काढण्याच्या दृष्टीने स्वत:च्या प्रयोगाचे आयोजन व आखणी केली. त्यांचे सगळयात महत्त्वाचे काम म्हणजे बाजारयंत्रणेसंबंधीचे (market mechanism) आहे. त्यांचे प्रमुख प्रयोग तीन प्रकारचे म्हणता येतील. (१) स्पर्धायुक्त बाजार (२) विविध प्रकारचे लिलाव व त्यांची चाचणी आणि (३) उत्प्रेरित मूल्य पद्धतीचे (induced value method) संकल्पचित्र.

आपल्या प्रयोगातील लोकांची संभाव्य विक्रेते आणि संभाव्य खरेदीदार (potential sellers and buyers) अशी त्यांनी वर्गवारी करून विविध वस्तू बाजारात त्याचप्रमाणे वित्तीय बाजारपेठेत उपयोगात अवलंबिली जाणारी दुहेरी तोंडी लिलाव पद्धती त्यांनी वापरली. लोकांना (subjects) त्यानी स्वैरपणाने (randomly) विक्रेता व खरेदीदार अशा भूमिका दिल्या. प्रत्येक विक्रेत्याला आणि प्रत्येक ग्राहकाला वस्तूंचे एक एक नग दिले आणि त्यांना विक्रीची किमान किंमत (v) व खरेदीची कमाल किंमत (w) निश्चित करायला सांगितले. विक्रेत्याची किमान किंमत (v) ही त्याची राखीव किंमत (reservation price) असून ती अन्य विक्रेत्यांना किंवा ग्राहकांना माहिती नव्हती. बाजारातली प्रत्यक्ष किंमत (actual price) (p) जर किमान विक्री किमतीपेक्षा जास्त असेल तर p-v हा विक्रेत्याचा फायदा असेल. तसेच ही प्रत्यक्ष किंमत (p) जर कमाल खरेदी किंमतीपेक्षा (w) कमी असेल तर w-p इतका ग्राहकाचा फायदा असेल. या सर्व प्रयोगात विक्रेत्याला v पेक्षा कमी किमतीला विकायला परवानगी नव्हती, तर ग्राहकाला (w) पेक्षा जास्त किमतीला वस्तूची खरेदी करायला अनुमती नव्हती.

संभाव्य ग्राहक आणि संभाव्य विक्रेते यांनी दिलेल्या विक्रेता राखीव किमतीच्या (reservation prices) माहितीवरून स्मिथ यांनी मागणी पुरवठ्याचा वक्र काढला व दोहोच्या छेदनबिंदूपाशी (point of intcrsection) त्यांना स्पर्धेच्या बाजारातली सैद्धान्तिक समतोल किंमत मिळाली. हा झाला स्मिथ यांचा एक प्रयोग.

त्यांनी नंतर जो दुसरा प्रयोग केला त्यात विक्रेते आणि ग्राहक या दोहोंना बोली लावायला सांगितले व त्यावरून असे तत्त्व घालून दिले की ज्यावेळी या दोहोंच्या बोलीत समसमानता येईल त्या क्षणी वस्तूंच्या खरेदी विक्रीचा व्यवहार (transaction) पार पडेल. अशा व्यवहारावरून स्मिथला असे दिसून आले की त्या प्रयोगान्ती प्राप्त झालेली समतोल किंमत नेमकी जरी सैद्धान्तिक किमतीइतकी नसली तरी तिच्या जवळपास असणारी असते. हा प्रयोग त्यांनी १९६२मध्ये केला.

त्यानंतर त्यांनी चार्लस् प्लॉट (Charles Plott) व इतर संशोधकांच्या मदतीने असे अनेक प्रयोग केले व त्यावरूनही असाच निष्कर्ष निघाला.

लिलाव बाजार

लिलवाचा बाजार प्रकार मुख्यत: रोखे बाजार, विविध वित्तीय साधने तसेच कच्चा माल यांच्या बाबतीतच दिसून येतो. हा बाजार प्रकार सरकारी मालकीच्या उद्योगधंद्यांचे खाजगीकरण (privatisation) करतेवेळी अंमलात आणला जातो. परंतु ही लिलाव पद्धती किचकट आणि गुंतागुंतीची असल्याने निष्कर्षाबाबत अनिश्चित आहे. तसेच लिलावाचे प्रामुख्याने चार प्रकार आहेत– इंग्लिश ऑक्शन, डच ऑक्शन, फर्स्ट प्राइस ऑक्शन आणि सेकंड प्राईस ऑक्शन. आर्थिक सिद्धान्ताचा उपयोग करून लिलावाच्या या प्रकारात काय निष्कर्ष निघू शकेल याचा अंदाज करता येतो. परंतु हे अंदाज प्रत्यक्षात तपासून वा पडताळून पाहता येत नाहीत. स्मिथच्या प्रयोगांमुळे ते शक्य झाले आहे. स्मिथ यांना लिलावाचे प्रकार व सरासरी विक्री किंमत यात ठराविक व निश्चित असा संबंध असल्याचे दिसून आले.

स्मिथच्या प्रयोगांचा व्यवहारिक उपयोगही मोठा आहे. नियंत्रित प्रयोग करून त्याचा उपयोग धोरणे आखण्यासाठी करता येतो. तसेच प्रयोग पूर्वग्रहदूषित न होता नि:पक्षपातीपणाने होण्यासाठी कोणत्या पद्धतीचा उपयोग करावा याविषयीची मानके (standards) सुद्धा स्मिथने तयार केली आहेत.

प्रलोभित मूल्य पद्धती (Induced-value Method)

स्मिथच्या प्रयोगातील मुख्य समस्या अशी असते की त्यात सहभागी होणाऱ्या लोकांचे स्वत:चे पसंतीक्रम (preferences) हे त्यांच्या प्रयोगादरम्यानच्या वर्तणुकीवर विपरीत परिणाम घडवून आणण्याची शक्यता फार मोठी असते. परिणामी ज्या व्यक्तीवर खरेदीदाराच्या भूमिका सोपविलेली असते तो ठरवून दिलेल्या मागणी फलानुसार मागणी वक्राशी सुसंगत असेच वागेल याची शाश्वती नसते. यातून मार्ग काढण्यासाठी स्मिथने एका तंत्राचा वापर करायला सुरुवात केली व ते तंत्र म्हणजे प्रलोभित मूल्य पद्धती. त्यानुसार त्या खरेदीदाराची विक्रेत्याची भूमिका बरोबर बजावण्यासाठी त्याला प्रलोभने (incentives) दिली जातात. अशा पद्धतीमुळे ती व्यक्ती प्रयोगासाठी तिच्यावर सोपविलेली भूमिका योग्य रीतीने पार पाडते व त्यामुळे प्रयोगाच्या यशस्वीतेची खात्री मिळते.

अशा रीतीने व्हर्नॉन स्मिथचे योगदान फार मोठे आहे. त्यांनी प्रायोगिक अर्थशास्त्र या शाखेची शास्त्रशुद्ध पायाभरणी केली आणि अर्थशास्त्रीय प्रयोग प्रयोगशाळेत कसे करावे याचे अत्यंत सविस्तर आणि तपशिलवार मार्गदर्शन त्यांनी आपल्या अमेरिकन इकॉनॉमिक रिव्ह्यूमधील प्रायोगिक अर्थशास्त्र आणि प्रलोभित मूल्य सिद्धान्त या १९७६च्या लेखात केले आहे.

सारांश

अशा रीतीने काह्नेमन आणि स्मिथ दोघांनी अर्थशास्त्राला फार मोठे योगदान केले आहे. अर्थशास्त्र आणि मानसशास्त्र यांच्या सीमेवरील आधुनिक संशोधन आणि प्रायोगिक अर्थशास्त्र ही दोन त्यांच्या योगदानांची क्षेत्रे आहेत. विशेष असे की मानसशास्त्रातील यथार्थज्ञानाचा वित्तीय अर्थशास्त्रातील समकालीन घटनांवर मोठा परिणाम होत असतो. प्रश्न असा पडतो की या कल्पनांना आर्थिक संशोधनात मान्यता व समावेश व्हायला इतका उशीर का लागला? याचे एक कारण असे की प्रायोगिक पद्धती या अगदी अलीकडच्या काळातच अर्थशास्त्रात आल्या आहेत. किंमत निश्चिती आणि बाजारातील संस्था यांच्यातील संबंधावरील प्रायोगिक संशोधनाचा परिणाम म्हणून अनेक अर्थशास्त्रज्ञ आता प्रायोगिक पद्धतींना अटळ अशी संशोधनाची साधने मानायला लागले आहेत. आज अर्थशास्त्रज्ञांची नवी पिढी ही प्रायोगिक अर्थशास्त्र आणि आर्थिक मानसशास्त्र यांच्यातील पूर्वी भिन्न भिन्न असलेल्या संशोधन परंपरांचे टप्प्याटप्प्याने एकत्रीकरण करू लागली आहे. डॅनियल काह्नेमन आणि व्हर्नॉन स्मिथ हे दोघे अशा परंपरेतले महत्त्वाचे घटक असून त्यांनी आर्थिक संशोधनाचे पुनर्नूतनीकरणाला फार मोठे योगदान केले आहे.

❏

काह्नेमन आणि स्मिथ यांचे काही ग्रंथ

काह्नेमन

1. Kahneman and Tversky (eds) Choce, Values and Frames, Cambridge University Press, Cambridge, 2000
2. Kahneman (ed.) Wellbeing : The Foundations of Hedonic Psychology. 1998
3. Kahneman (ed.), Judgement under Uncertainty Heuristic and Biases.

स्मिथ

1. Smith V., Paplrs in Experimental Economics Bargaining and Market; 1991.
2. Smith V., Behaviour Essays in Experimental Economics; 2000
3. Miller R. and V. Smith, Paving Wall Street - Experimental Economics and the Quest for the Perfect Market.
4. Burnhan T., Edward O. Wilson, Brandenburger A, V. Smith, Essays on Genetic Evolution and Economics.

◆ ◆ ◆

६

नोबल नोबेल्स २००३

रॉबर्ट एंगल आणि क्लाइव्ह ग्रँगर

२००३चा अर्थशास्त्रातील नोबेल पुरस्कार ८ ऑक्टोबर रोजी जाहीर झाला व तो दोन अर्थशास्त्रज्ञांना विभागून देण्याची घोषणा करण्यात आली. ते दोन अर्थशास्त्रज्ञ म्हणजे रॉबर्ट एफ् एंगल-III आणि क्लाइव्ह डब्ल्यू. जे. ग्रँगर आहेत. - (Robert F. Engle III - & Clive W.J. Granger). एंगल हे अमेरिकन नागरिक असून ग्रँगर हे इंग्लंडचे असून ब्रिटिश नागरिक आहेत.

एंगल यांना हा पुरस्कार जाहीर करताना निवड समितीने त्यांच्या गौरवपत्रात (Citation) मध्ये हा पुरस्कार त्यांना कशासाठी देण्यात येत आहे हे सांगताना म्हटले आहे.. ("for methods of analysing economic time series with time-varying volatility (ARCH)") 'काल बदलातील चढउतारांसह असलेल्या आर्थिक कालशृंखलेच्या विश्लेषणाच्या पद्धतींच्या शोधाबद्दल... (स्वयंप्रतीपगामी सशर्त अनेकविध प्रकीर्णता).''

ग्रँगर यांच्या गौरवपत्रात म्हटले आहे की, 'समान कल असलेल्या आर्थिक कालशृंखलेच्या विश्लेषणाच्या पद्धतींच्या शोधाबद्दल (सहएकात्मीकरण)'' (for methods of analysing economic time series with common trends (cointegration)

जीवनचरित्र -रॉबर्ट एंगल - ३

रॉबर्ट एंगल यांचे संपूर्ण नाव रॉबर्ट फ्राय एंगल - ३ असे असून ते त्यांचे आजोबा (एंगल-१), वडील (एंगल - २) यांच्या नावावरून ठेवले असल्याने त्यांना एंगल-३ असे नाव ठेवण्यात आले. त्यांनी स्वत:ला मात्र 'Rob'असे छोटे टोपण नाव लावून घेतले. एंगल यांचा जन्म १० नोव्हेंबर १९४२ रोजी झाला. त्यांचे वडील रसायनशास्त्रातील डॉक्टरेट (Ph.D.) होते. ते एका कारखान्यात नोकरीस होते. त्यांची आई गृहिणी होती. एंगल यांना दोन बहिणी आहेत. ते पदार्थविज्ञान शास्त्रातले पदवीधर होते. परंतु त्यांना त्यात मनापासून रस नव्हता. पदार्थविज्ञान

रॉबर्ट एंगल

शास्त्रातील पदव्युत्तर मास्टर्स डिग्री मिळवल्यावर ते अर्थशास्त्राकडे वळले व त्यात त्यांना रस वाटू लागला. मुळात गणिती मन असल्याने पुढे त्यांना इकॉनॉमिट्रिक्समध्ये रस वाटू लागला. त्यांनी त्या विषयातील कोर्सेस पुरे केले. त्यांनी कालशृखला अर्थमितीवर (Time Series Econometrics) लक्ष केंद्रित केले. क्लाइव्ह ग्रॅंगर हे त्यांच्यापेक्षा आठ वर्षांनी मोठे होते व ज्येष्ठ आहेत. त्यांनी केलेल्या आर्थिक कालशृंखलासंबंधीचे लिखाण एंगल यांनी अभ्यासले होते.

त्यांचा विवाह मॅरिॲनी एगर यांचेशी १० ऑगस्ट १९६९ला झाला. योग असा, त्याच दिवशी त्यांना डॉक्टरेट (Ph.D.) मिळाली. त्यांचा व क्लाइव्ह ग्रॅंगरचा स्नेह पुढे खूप वाढला व दोघांनी मिळून कालशृंखला विषयावर बरेच काम व लिखाण केले. नोबेल पुरस्कार जाहीर झाला त्यावेळी एंगल न्यूयॉर्क विद्यापीठाच्या स्टर्न स्कूल ऑफ बिझिनेस मध्ये 'मायकेल आर्मेलिनो' यांच्या नावाने असलेले प्राध्यापकपद सांभाळत असून वित्तीय सेवांचे व्यवस्थापन या विषयाचे प्राध्यापक म्हणून अध्यापन करीत आहेत.

क्लाइव्ह ग्रँगर

क्लाइव्ह ग्रँगर – जीवनचरित्र

ग्रँगर यांचा जन्म वेल्समध्ये (इंग्लंड) सप्टेंबर १९३४ चा. त्यांचे संपूर्ण नाव जरी क्लाइव्ह विल्यम जॉन ग्रँगर असले तरी त्यांच्या आईला क्लाइव्ह हेच नाव आवडायचे कारण त्या काळचे लोकप्रिय व प्रसिद्ध वाद्यसंगीतज्ज्ञांचे नाव क्लाइव्ह होते. त्यांचे वडील जॅम्स् व जेली बनविणाऱ्या एका कंपनीचे सेल्स मॅनेजर होते.

ग्रँगर यांचे गणित संख्याशास्त्र आणि पदार्थविज्ञानशास्त्र हे अत्यंत आवडीचे विषय. नॉटिंगहॅम विद्यापीठाने ज्यावेळी गणित आणि अर्थशास्त्र या संयुक्त अभ्यासक्रमाला सुरुवात केली तेव्हा त्या पहिल्या बॅचचे ते विद्यार्थी झाले व त्यांनी पदवी मिळवली. १९५९मध्ये त्यांनी पीएच्.डी. पदवी मिळवली आणि अर्थशास्त्र, गणित व संख्याशास्त्राचे विविध विद्यापीठात अध्यापन केले. नोबेल पुरस्कार मिळाला त्यावेळी ते अमेरिकेतील सॅन डिएगो येथील कॅलिफोर्निया विद्यापीठात अर्थशास्त्राचे प्राध्यापक होते. त्यांचा विवाह १९६० मध्ये पॅट्रीशिया यांचेबरोबर झाला. त्यांचा विशेष अभ्यास आणि संशोधनाचा विषय आर्थिक कालशृंखला हा होता व त्यांनी सहएकात्मीकरण (cointegration) यावर खास योगदान केले. नोबेल परितोषिकाची

एकूण रक्कम १० दशलक्ष स्वीडिश क्रोन असून ती या दोघांमध्ये समान विभागून दिली आहे.

दोघांचे योगदान

या दोनही अर्थशास्त्रज्ञांनी १९८०च्या दशकात आर्थिक कालशृंखलांच्या (Time series) संदर्भातील दोन महत्त्वाच्या गुणधर्माच्या संबंधी नवीन सांख्यिकी पद्धती (Statistical methods) शोधून काढल्या. कालशृंखलाचे हे दोन गुणधर्म (Properties) असे – १) कालबदलातील चढउतार हा आर्थिक कालशृंखलाचा पहिला गुणधर्म असून दुसरा म्हणजे २) त्यांच्यात स्थिरताविरहितपण (non-stationarity) असते.

कालशृंखला (time series) **म्हणजे काय?**

आर्थिक सिद्धान्तातील गृहीत प्रमेयांचे (hypotheses) संबंधाबाबतचे अंदाज बांधत असताना आणि ती प्रमेये तपासून पाहत असताना निरीक्षणांचे (observations) कालक्रमानुसार अनुक्रम (chronological sequence) लावणे म्हणजे कालशृंखला (time series) होय. अशा कालशृंखलात एकूण देशी उत्पादनातील (GDP) विकास, किंमती, व्याजदर, स्टॉक्स इत्यादी दर्शविले जातात. अशा या कालशृंखलांसाठी नव्या सांख्यिकीय पद्धती (statistical method) या दोन अर्थतज्ज्ञांनी शोधून काढल्या.

वित्तीय बाजारपेठांमध्ये काळातील बदलांच्या ओघात घडून येणारे स्वैर चढउतार (random fluctuations) हे विशेष करून महत्त्वाचे असतात. कारण शेअर्स, विकल्प (options) इत्यादी वित्तीय साधनांचे मूल्य हे त्यांच्यातील जोखमीवर (risk) अवलंबून असतात. चढउतारांमध्ये काळाच्या ओघात मोठे बदल घडून येऊ शकतात. उदा. फार मोठ्या चढउतारांच्या खळबळजनक काळाच्या पाठोपाठ उलट अल्प चढउतारांचा शांत असा कालावधी अस्तित्वात येऊ शकतो. यालाच काळातील बदलाबरोबर घडून येणारी विचलता म्हणतात (time-varying volatility). अशी विचलता असूनदेखील संशोधकांना, अधिक चांगल्या पर्यायी सांख्यिकी पद्धतीच्या अभावी स्थिर विचलन गृहितावर आधारित असलेल्या पारंपरिक सांख्यिकी पद्धतींचा (statistical methods) आर्थिक कालशृंखलासाठी (for economic time-series) वापर करावा लागतो.

एंगल्सचे योगदान

इथे एंगल्सचे संशोधन व योगदान नाविन्यपूर्ण आणि महत्त्वाचे ठरते. त्यांनी 'आर्क' (ARCH) ही संकल्पना शोधून काढून तयार केली. आर्क संक्षिप्तरूप (acronym) आहे त्यांचे पूर्ण रूप असे (Autoregressive Conditional Heteroskedasticity); मराठीत – स्वयंप्रतीपगामी सशर्त अनेकविध प्रकीर्णता (विशेष विविधता). त्यांना असे आढळून आले की या संकल्पनेमुळे अनेक कालशृंखलांचे गुणधर्म नेमकेपणाने उमजून येतात आणि या संकल्पनेवरून त्यांनी काळातील बदलांबरोबर घडून येणाऱ्या विचलते (volatility)च्या सांख्यिकी प्रतिमानांसाठी (statical modelling) लागणाऱ्या पद्धती (methods) शोधून काढल्या.

एंगल्स यांनी शोधून काढलेली आर्क (ARCH) प्रतिमाने म्हणजे अत्यंत आवश्यक व अनिवार्य अशी साधने ठरली आहेत. ती केवळ संशोधकांनाच नव्हे तर वित्तीय बाजारपेठांमधील विश्लेषकांनादेखील उपयुक्त असून ते ॲसेट्स मूल्यमापन आणि रोख्यातील गुंतवणुकीमधील जोखिमांचे मूल्यमापन करण्यासाठी देखील वापरत आहेत.

सरकारला अर्थव्यवस्थेचे व्यवस्थापन करताना विविध निर्णय घ्यावे लागतात. गुंतवणुकीबाबतचे, कर्जाबाबतचे इ. तसेच आर्थिक विकासाच्या दराबद्दलचे अगाऊ अनुमान काढावे लागतात. शिवाय विविध आर्थिक बाबींबाबत संशोधन हाती घ्यावे लागते. या सर्वांसाठी आधारभूत माहिती सामग्री गोळा करून तिचे संकलन करणे जरूरीचे असते. सामग्रीचा कालशृंखलेशी निकटचा संबंध असतो. या माहिती सामग्रीत काळाच्या ओघात होणाऱ्या बदलांचे सविस्तर अभ्यास व विश्लेषण कालशृंखलाच्या (time series) मदतीने करता येते.

अशा स्वरूपाच्या विश्लेषणाकरता नेमकी आणि विश्वसनीय (credible) सांख्यिकीय पद्धत अत्यंत आवश्यक असते. पारंपरिक पद्धती (traditional statistical methods) या त्या दृष्टीने कमी पडतात. एंगल्स यांनी शोधलेली व विकसित केलेली (ARCH) संकल्पना म्हणजे फार मोठे योगदान (contribution) आहे. त्यामुळे दोन गोष्टी शक्य झाल्या आहेत. – एक, संशोधक अर्थतज्ज्ञांना कालशृंखला आधार साम्रगीमधील अस्थिरतेचे नेमके स्वरूप काय आहे व कसे आहे हे माहीत होणे सहज शक्य झाले आणि दोन, त्यांच्या संशोधनाचे निष्कर्ष जास्तीत जास्त अचूक आणि भरवशाचे होणे शक्य झाले आहे.

ग्रँगर यांचे योगदान

कालशृंखला या दोन प्रकारच्या असतात – स्थिर शृंखला आणि स्थैर्यविरहित शृंखला (Stationary and non-stationary time series). पुष्कळशा समग्रलक्ष्यी कालशृंखलांचा प्रसंभाव्यतेकडे कल (stochastic trend) असतो. त्यामुळे एकूण देशी उत्पादनात आलेल्या तात्पुरत्या व्यत्ययाचा दीर्घकालीन परिणाम घडून येतो. अशा कालशृंखलांना स्थैर्यविरहित (non stationary) शृंखला म्हणतात. स्थिर कालशृंखला या कालाच्या ओघात वाढत जात नाहीत, परंतु एका विशिष्ट मूल्याच्या अवतीभवती विचलित होत जातात (fluctuate) आणि हाच या दोहोंमध्ये फरक असतो. ग्रँगर यांनी असे दाखवून दिले की स्थिर कालशृंखलांसाठी वापरल्या जाणाऱ्या सांख्यिकीय पद्धती (statistical methods) जर स्थैर्यविरहित आधारभूत सामग्रीच्या विश्लेषणासाठी वापरल्या तर त्यापासून संपूर्णपणाने चुकीचे निर्णय मिळतील. त्यांचा महत्त्वाचा शोध असा की स्थैर्यविरहित कालशृंखलांची संयोगात (Combinations) स्थिरता (Stationarity) दिसून येईल व त्यामुळे नेमका सांख्यिकीय निष्कर्ष काढता येईल. आणि अशा स्थितीला किंवा अवस्थेला ग्रँगर यांनी सहएकात्मीकरण (Co-integration) असं नाव दिलं व ही संकल्पना विकसित करण्याचा त्यांनी प्रयत्न केला. त्यांनी अशा सांख्यिकीय पद्धती शोधून काढून विकसित केल्या की ज्या दोन प्रकारच्या पद्धतीत मौल्यवान ठरल्या. ते दोन प्रकार म्हणजे ज्यात अल्पकालीन गतिमानतेवर (short-run dynamics) मोठ्या प्रमाणावरचे स्वैर व्यत्यय परिणाम करत असतात आणि दुसरा म्हणजे ज्यात दीर्घकालीन गतिमानता (long-run dynamics) आर्थिक समतोलत्वाच्या नात्यांनी मर्यादित होत असतात. आणि याची प्रत्यक्षातली उदाहरणे आहेत व ती म्हणजे संपत्ती आणि उपभोग, विदेशी विनिमयदर आणि किंमतपातळी आणि अल्पकालिन व दीर्घकालीन व्याजदर ही होत.

१९८०च्या दशकात ग्रँगर यांनी आपले संशोधन प्रसिद्ध केले आणि त्यात आपल्या संकल्पना आणि अल्पकालीन व दीर्घकालिन दृष्टिकोन यांचे एकत्रीकरण (combination) करणाऱ्या विश्लेषणात्मक पद्धती स्पष्ट केल्या आहेत. या पद्धतींचा आधारभूत पाया म्हणजे त्यांचा शोध होय. तो शोध म्हणजे दोन किंवा अधिक अस्थिर शृंखलांचे (non-stationary Series) विशिष्ट संयुग (Combination) स्थैर्य असणारे असते. आर्थिक सिद्धान्तात अशा तऱ्हेची विधाने किंवा भाकिते केलेली

आढळून येतात.उदा. दोन आर्थिक चल (variable) घटकांमध्ये समतोलाचे संबंध असतील तर अल्पकालावधीत (Short-run-period) समतोलापासून ते ढळतील, पण दीर्घकालावधीत समतोलाकडे जाण्याचा त्यांचा कल राहील. तसेच असेही भाकीत केले जाते की एका समान चलनात जर किंमती व्यक्त केल्या तर त्या समसमान असतात आणि दीर्घकालीन विनिमयदर (exchange rate) हा समतोलात असतो.

ग्रँगर यांनी असेही दाखवून दिले आहे की सहएकात्मीकृत (co-integrated) चल घटकातील संयुक्त गतिकी (Joint dynamics) ही तथाकथित दोष सुधार प्रतिमानात (so-called error-correction model) व्यक्त करता येईल. असे प्रतिमान सांख्यिकीय दृष्ट्या तर अत्यंत उचित असेलच पण त्याचबरोबर त्याला सार्थ आर्थिक अन्वयार्थदेखील देता येईल.

ग्रँगर यांनी सहएकात्मीकरणाची संकल्पना त्यांच्या परिकल्पना (hypotheses) अंदाज घेण्याच्या (estimation) आणि चाचणी घेण्याच्या सांख्यिकीय पद्धतींमुळे व्यावहारिक उपयुक्ततेची झाली आहे. ग्रँगर यांनी एंगल्सच्या जोडीने आपल्या १९८७च्या अत्यंत प्रभावी अशा शोधनिबंधात या पद्धती प्रभावीपणाने स्पष्ट केल्या आहेत. नंतरच्या काळात ग्रँगर यांनी आपले सहएकात्मीकरणाचे विश्लेषण इतर अनेक बाबींना लागू असल्याचे दाखवून दिले आहे व त्याची व्याप्ती किती विशाल आहे हे स्पष्ट केले आहे.

❒

एंगल आणि ग्रँगर यांनी संपादित केलेले काही ग्रंथ

1. Long-run Economic Relations : Readings in Cointegration eds. R. Engle and C.W.J. Granger Oxford University Press, 1992.

2. Handbook of Econometrics, Vol IV ed. R. Engle and D. McFadden, Amsterdam, North Holland, 1994.

3. Cointegration, Causality and Forecasting : A Festschrift in honour of Cline W.J. Granger, by Robert F. Engle (ed.)

4. Modelling Economic Series : Readings in Econometric Methodology by C.W.J. Granger (ed.)

5. Forecasting Economic Time Series by C.W.J. Granger, et al.

◆ ◆ ◆

७
नोबल नोबेल्स २००४
फिन किडलँड आणि एडवर्ड प्रेस्कॉट

२००४चे अर्थशास्त्रातील नोबेल पारितोषिक दोन अर्थशास्त्रज्ञांना जाहीर झाले. – नॉर्वे देशातील फिन इ.किडलँड आणि अमेरिकेतील एडवर्ड सी.प्रेस्कॉट या दोघांना ते विभागून दिले आहे. निवड समितीने आपल्या गौरवपत्रात त्यांच्या ज्या योगदानाबद्दल त्यांना हा पुरस्कार देण्यात येत आहे त्याचा उल्लेख केला आहे. 'गतिशील साकलिक अर्थशास्त्रातील त्यांच्या योगदानाबद्दल : आर्थिक धोरणांच्या कालसुसंगतता आणि व्यापारचक्रांच्या मागील शक्तिशाली प्रभावी घटक' (for their contributions to dynamic macro economics : the time consistency of economic policy and the driving forces behind business cycles')

साकलिक अर्थशास्त्रातील महत्त्वाचे दोन विषय त्यांनी संशोधनासाठी निवडले १) आर्थिक धोरणाचे संकल्पचित्र (design) कसे असले पाहिजे आणि २) व्यापार चक्रातील चढउतार (fluctuations) घडवून आणणारे शक्तिशाली असे प्रभावी घटक कोणते असतात. या दोन अत्यंत महत्त्वाच्या क्षेत्रात या दोघा अर्थशास्त्रज्ञांनी मूलभूत योगदान केले आहे. आणि हे योगदान साकलिक अर्थशास्त्रीयदृष्ट्या केवळ विश्लेषणापुरतीच नसून अनेक देशांमध्ये चलनविषयक धोरणासाठी (monetary policy) आणि वित्तीय किंवा राजकोषीय धोरणासाठी (fiscal policy) प्रत्यक्ष कार्यवाही करण्याच्या दृष्टीनेदेखील अत्यंत महत्त्वाची आहेत.

फिन किडलँड – जीवनचरित्र

किडलँड हे नॉर्वे देशाचे नागरिक असले तरी पुरस्कार मिळाल्याचे वेळी ते अमेरिकेतील पिट्सबर्ग येथील कार्नेजी मेलन विद्यापीठात आणि कॅलिफोर्निया विद्यापीठात अर्थशास्त्राचे प्राध्यापक होते. त्यांचा जन्म नॉर्वेत १९४३मध्ये झाला. म्हणजे त्यांना हा पुरस्कार वयाच्या साठाव्या वर्षात मिळाला. त्यांना १९७३मध्ये अर्थशास्त्रातील डॉक्टरेट (Ph.D.) मिळाली व तीही सुप्रतिष्ठित अशा कॉर्नेजी मेलन

फिन किडलँड

विद्यापीठातून. १९६८मध्ये त्यांचा मिस लिव्ह जेलिव्होस्ड यांच्याशी विवाह झाला. त्यांना चार अपत्ये आहेत. परंतु नंतर त्यांचा घटस्फोट झाला. हा नोबेल पुरस्कार मिळण्याच्या दोन वर्ष आधी २००२मध्ये त्यांचा टोनिया स्कूलर यांच्याशी विवाह झाला.

१९७१मध्ये त्यांची एडवर्ड प्रेस्कॉट यांच्याशी ओळख व नंतर दाट मैत्री झाली व दोघांनी मिळून बरेच संशोधन करून शोधनिबंध लिहिले. ज्या दोन शोधनिबंध व संशोधनांबद्दल त्यांना नोबेल पुरस्कार मिळाला ते त्यांनी दोघांनी मिळून १९७७ व १९८२ मध्ये लिहिले होते.

एडवर्ड सी. प्रेस्कॉट – जीवनचरित्र

प्रेस्कॉट हे अमेरिकन नागरिक व असून नोबेल पारितोषिक मिळाले त्यावेळी ॲरिझोना स्टेट विद्यापीठात प्राध्यापक होते. मिनिएपॉलिसच्या फेडरल रिझर्व्ह बँकेत डायरेक्टर होते. त्यांचा जन्म २६ डिसेंबर १९४०रोजी न्यूयॉर्क जवळील एका गावात झाला. म्हणजे वयाच्या ६४व्या वर्षी नोबेल पुरस्कार मिळाला. त्यांना १९६७मध्ये कार्नेजी मेलन विद्यापीठातून अर्थशास्त्राची डॉक्टरेट मिळाली. त्यांचा विवाह

एडवर्ड प्रेस्कॉट

१९६५मध्ये जनेटडेल सिंपसन यांचेशी झाला. त्यांना दोन मुले व एक मुलगी आहे.

वर सांगितल्याप्रमाणे १९७१मध्ये त्यांची आणि किडलँड यांची भेट होऊन त्याची चांगली मैत्री झाली आणि त्यांनी १९७७ व १९८२मध्ये लिहिलेल्या शोधनिबंधाबद्दल त्यांना हा नोबेल पुरस्कार मिळाला.

लोकांची भावीकाळात भांडवलावरील करआकारणी जेवढी जास्त केली जाण्याची अपेक्षा असेल तेवढी त्यांची बचत कमी होईल. तसेच उद्योग जर अधिक विस्तारक चलननीतीची आणि अधिक चलन वाढीची अपेक्षा करत असतील तर त्या अधिक किमती आणि वेतन निश्चित करतील. या दोन नोबेल अर्थतज्ज्ञांनी असे दाखवून दिले आहे की भविष्यकालीन आर्थिक धोरणाबाबत अपेक्षांचे असे परिणाम कालसुसंगतेची समस्या निर्माण करत असतात. आर्थिक धोरणकर्त्यांच्या ठिकाणी विशिष्ट निर्णयविषयक नियमांशी स्वत:ला अगोदरच बांधून घेण्याची क्षमता नसेल तर नंतरच्या काळात अत्यंत उचित असे धोरणही त्यांना अमलात आणता येणार नाही. अपयशी ठरलेल्या धोरणांच्या घटनांबाबत किडलँड आणि प्रेस्कॉट यांच्या संशोधनातून निघालेल्या निष्कर्षांनी एक समान स्पष्टीकरण दिले आहे. उदाहरणच

द्यायचे झाले तर फसलेल्या किंमतस्थैर्याचे देता येईल. किंमतस्थैर्य हे चलनीतीचे निर्धारित उद्दिष्ट असून अर्थव्यवस्था खूप मोठ्या चलनवाढीच्या सापळ्यात अडकून पडणे याचा अर्थ किंमतस्थैर्याचे धोरण अपयशी झाल्यासारखेच आहे.

या दोन अर्थशास्त्रज्ञांच्या नोबेल पुरस्कारप्राप्त संशोधनाने आर्थिक धोरणांच्या विश्वासार्हतेवर आणि राजकीय शक्यतेवर व्यापक संशोधनात्मक कार्यक्रमासाठी पाया घालून दिला आहे. त्यांच्या संशोधनाने आर्थिक धोरणाच्या व्यावहारिक चर्चेचा रोख केवळ एकाकी (isolated) धोरणविषयक उपायांऐवजी धोरण निश्चितीच्या संस्थांच्या बाजूने वळविला आहे आणि बदलामुळे अनेक देशात गेल्या काही वर्षांत मध्यवर्ती बँका आणि चलननीतीचे स्वरूप व आराखडा यात सुधार घडवून मोठ्या प्रमाणावर प्रभावी करण्यात आले आहेत.

बरेच वेळा सैद्धान्तिक लिखाण सोप्या भाषेत सारांशरूपाने सांगणे कठीणच असते. परंतु त्याला २००४च्या नोबेल पारितोषिक विजेते फिन किडलँड आणि एडवर्ड प्रेस्कॉट अपवाद आहेत. त्यांनी दोन अत्यंत महत्त्वाचे शोधनिबंध लिहिले त्यापैकी एकाचे (title) शीर्षक महाकठीणच आहे ते असे ("Rules Rather Than Discretion : The Inconsistency of Optimal Rules") परंतु त्याचा सोपा अर्थ असा की जी सरकारे चांगल्या परिपूर्ण धोरणाच्या दीर्घकालीन उद्दिष्टांचा विचार न करता अल्पकालीन लाभांचाच विचार करतात ती सरकारे अपयशी ठरतात. उदाहरणार्थ : ज्या मध्यवर्ती बँका किंमतस्थैर्याचे दीर्घकालीन ध्येय सोडून देऊन रोजगार वाढविणाऱ्या अल्पकालीन लाभावर लक्ष केंद्रित करतात त्या चलनवाढीला चालना देतात. सरकार अशाच अल्पकालीन उद्दिष्टांचाच पाठपुरावा करणार आहे. अशा अंदाजामुळे बाजारपेठा चलनवाढ भाववाढीचीच अपेक्षा करतात व त्यामुळे अनिश्चिततेला त्यांना तोंड देता यावे म्हणून भारी व्याजदराची मागणी करतात.

१९७७चे संशोधन

प्रा. प्रेस्कॉट आणि किडलँड यांनी आपला शोधनिबंध १९७७मध्ये प्रसिद्ध केला आणि तो काळ असा होता की अमेरिका चलनवाढयुक्त कुंठितावस्थेच्या (Stagflation) तावडीत सापडली होती. विकास मंदावला होता तर चलनवाढ खूप झाली होती आणि ही परिस्थिती केन्सच्या अर्थशास्त्राच्या विरुद्ध होती, त्याच्याशी विसंगत होती. परंतु अशा या विसंगत मिश्रणाचे प्रेस्कॉट – किडलँड यांच्या संशोधनपर निबंधाने चांगले स्पष्टीकरण दिले होते. त्यांचे प्रतिपादन असे होते की, मध्यवर्ती बँकांनी किंमतस्थैर्य टिकविण्याची स्वतःची बांधिलकी स्वीकारली तरच चलनवाढ

आटोक्यात ठेवता येईल. त्यांच्या या आग्रही प्रतिपादनाचा परिणाम असा झाला की अनेक राष्ट्रांच्या मध्यवर्ती बँकांचे एकमत झाले आणि १९८०च्या दशकात त्यांनी चलनवाढीबाबतचे नियंत्रणाचे लक्ष्य निश्चित केले आणि आज त्याची फळे, त्यांचे लाभ अनुभवायला येत आहेत. अमेरिका आणि युरो चलनाच्या पट्ट्यातील देशात चलनवाढ आणि भाववाढीच्या अपेक्षा खालच्या पातळीवर आल्या आहेत व तेही तेलाच्या किंमती वाढत असूनही! त्याचबरोबर व्याजाचे दर देखील वाढले नसून सामान्य पातळीवर आहेत.

प्रेस्कॉट आणि किडलँड यांचे हे संशोधन इतर क्षेत्रातही लागू होत असल्याची प्रचिती येत आहे. उदाहरणार्थ, स्वामित्व हक्क (patents) संरक्षणाच्या बाबतीत, असे संरक्षण हे दीर्घ कालावधीत नवनव्या उपक्रमांना व नवप्रवर्तनांना (innovations) उत्तेजन देणारेच ठरते. तथापि, अल्प कालावधीत स्वामित्व हक्क सोडून देणे हे मूलभूत औषधांचे उत्पादन आवाक्यात आणण्याच्या दृष्टीने चांगलेच ठरेल. परिणामी अल्प कालावधीच्या संदर्भात लोकांना हे चांगलेच वाटेल हे खरे, परंतु याचा एक परिणाम म्हणून जर औषध निर्माण करणाऱ्या कंपन्यांनी संशोधन आणि विकास (R & D) यावरील गुंतवणूक कमी कमी केली तर भावी पिढ्यांचे नुकसान होईल, त्यांना याचे दुष्परिणाम सोसावे लागतील. त्याप्रमाणे अमेरिकेची प्रचंड प्रमाणावर वाढत जाणारी वित्तीय तूट (fiscal deficit) अल्पकालावधीत भले अर्थव्यवस्थेला गतिमान करेल, पण दीर्घकालावधीत तिला कमजोरच करील. अमेरिकेच्या चलननीतीप्रमाणेच तिने वित्तीय धोरणात (fiscal policy) शिस्त आणली तर ते त्या अर्थव्यवस्थेलाच लाभदायक ठरेल.

दुसरा शोधनिबंध

प्रेस्कॉट -किडलँड यांचा दुसरा शोधनिबंध - की ज्याचा नोबेल निवडसमितीने गौरव केला आहे - हा अधिक विवाद्य (controvercial) आहे. तो व्यापार चक्रासंबंधीचा आहे. त्यात त्यांनी असे मांडले आहे की व्यापारचक्र हे मागणीतील बदलांनी निर्माण होत नसून आकस्मिकपणे निर्माण होणाऱ्या व अर्थव्यवस्थेला बसणाऱ्या धक्क्यांनी निर्माण होतात. हे धक्के तेलाच्या भारी किमती यासारखे नकारात्मक असतील किंवा नवनवीन तंत्रज्ञानासारखे सकारात्मक (positive) असतील. या संशोधनात्मक लिखाणाने असे गृहीत धरले आहे की मागणी ही नेहमी स्थिर असते व व्यापारचक्रांतर्गत चढउतार हे पुरवठ्यातील बदलांच्या धक्क्यांमुळे निर्माण होतात. या त्यातील प्रतिपादनामुळे अनेक अर्थशास्त्रज्ञांनी तो

वास्तवतेचे अपुरे वर्णन करणारा म्हणून त्याज्य ठरविला व त्यात अमेरिकेचे माजी ट्रेझरी सेक्रेटरी लॉरन्स समर्स यांच्यासारख्या अधिकारी विचारवंताचा समावेश आहे. त्यांच्या मते व्यापार चक्र घटना वास्तवतेत जशा निर्माण होत असतात त्यांच्याशी संशोधनातील प्रतिपादनाचा दुरान्वयानेही काही संबंध नाही. इतर काहींनी असे प्रतिपादन केले आहे की या संशोधनपर लिखाणाने व्यापारचक्राचे कारण म्हणून मागणीचा घटक संपूर्णपणाने बाद ठरविला नसून पुरवठ्याचा घटक हा एक जादा कारण म्हणून सांगितले आहे. अशा रीतीने प्रेस्कॉट-किडलँड यांच्या या संशोधन-निबंधाने वादविवादाची बरीच राळ उठवली हे खरे. परंतु ते काही का असेना एक गोष्ट मात्र वादातीत आहे की प्रेस्कॉट-किडलँड यांची दृष्टी व दृष्टीकोन यांना सप्रमाणता व ग्राह्यता (validity) आहेच.

नियमाधारित धोरणे

प्रेस्कॉट आणि किडलँड यांनी असे प्रतिपादन केले की सरकारची धोरणे नियमाधारित असली पाहिजे; याउलट ती सरकारच्या स्वेच्छाधारित म्हणजे सरकारच्या स्वत:च्या मन मानेल तशा इच्छेवर आधारित असता कामा नये. धोरणे जर सरकारच्या स्वेच्छेवर अवलंबून असणारी (discretionary) असतील तर, त्यांनी दिलेली वचने नाकारली जातील आणि त्यामुळे लोकांचा सरकारवर विश्वास उरणार नाही म्हणून धोरणे ही नियमाधारित असली पाहिजे म्हणजे सरकारच्या घोषणा व वचने नियमांनी बांधली जातील आणि त्यामुळे ती प्रत्यक्षात येतील आणि यासाठी विविध मार्गांचा अवलंब करता येईल व त्यातील प्रमुख म्हणजे घटनात्मक दुरुस्ती करणे हा होय. अशा नियमाधारित धोरणांमुळे कालसुसंगत परिणाम घडून येतील व धोरणे ठरविणाऱ्या अधिकाऱ्यांची वचने व घोषणा ही टिकून ठेवून त्यांची विश्वासार्हता वाढीस लागेल. स्वेच्छाधारित धोरणांमुळे अनिष्ट दीर्घकालीन फळे व परिणाम घडून येतील. उदाहरणार्थ, चलननीतीच्या बाबतीत जादा भाववाढ पण बेरोजगारीत काही कमी प्रमाण नाही असा दीर्घकालीन परिणाम घडून येण्याची शक्यता असू शकते.

या दोन नोबेल अर्थतज्ज्ञांच्या संशोधनाने चलननीतीत सुधारणा केली आणि व्यापारचक्रांचे स्वरूप स्पष्ट केले. त्यांनी आपल्या अत्यंत समृद्ध शोधनिबंधातून चलननीती आणि व्यापारचक्राबद्दल त्यांचे संशोधन स्पष्ट केले व त्याबद्दल त्यांना नोबेल पुरस्कार देण्यात आला आहे.

यापैकी १९७७ चा पहिला शोधनिबंध ते दोघे पिट्सबर्गमधील कार्नेजी मेलन विद्यापीठात प्राध्यापक असताना लिहिला आणि तो चलननीतीत सुधारणांबद्दल असून त्यांच्या त्यातील विचारांमुळे जगातील विविध देशांच्या मध्यवर्ती बँकांना अधिक स्वायत्तता देण्याकडे कल होऊ लागला. अगदी साध्या शब्दात त्यांचे संशोधन सांगायचे तर असे म्हणता येईल की सरकारने व अधिकाऱ्यांनी नियमांशी बांधिलकी ठेवावी. अल्पकालीन धोरणावर लक्ष केंद्रित करू नये. जर रिझर्व्ह बँकेला चलनवाढ आटोक्यात ठेवायची असेल तर तिने वित्त मंत्रालयाच्या दबावाखाली येऊन व्याजदर कमी ठेवण्याचा मोह आवरला पाहिजे. कारण त्यामुळे नंतरच्या काळात अधिक चलनवाढ व भाववाढ होईल. त्या दोघांच्या अशा दृष्टीकोनामुळेच मध्यवर्ती बँकांना आपल्या विश्वासार्ह धोरणांची अंमलबजावणी करता यावी म्हणून त्यांना अधिक स्वायत्तता आणि स्वातंत्र्य देण्याकडे कल होऊ लागला आहे.

त्यांचा १९८२चा संयुक्त शोधनिबंध हा व्यापारचक्रांविषयीचा होता व तो खूपच विवाद्य ठरला. कारण तो व्यापारचक्रांच्या निर्मितीच्या मीमांसा संदर्भात केन्स विचारसरणीच्या विरोधी होता. केन्स यांनी असे प्रतिपादन केले होते की मागणीची कमतरता ही भांडवलशाही अर्थव्यवस्थेत नेहमीच अस्तित्वात असते व तिच्यातील चढउतारांमुळे भांडवलशाहीत व्यापारचक्र निर्माण होतात. प्रेस्कॉट व किडलँड यांनी असे प्रतिपादन केले की भांडवलशाही अर्थव्यवस्थेत मागणीची कमतरता नसून उलट आधिक्य असते. अशा रीतीने मागणी या घटकाची व्यापारचक्र निर्मितीतली शक्यता दूर झाल्याने व्यापारचक्रात पुरवठ्याच्या घटकाची भूमिका महत्त्वाची ठरते हे त्यांनी दाखवून दिले. पुरवठ्याच्या घटकात तेलाच्या किंमतींचे धक्के आणि तंत्रज्ञानातले बदल हे महत्त्वाचे आहेत. १९७०च्या दशकात stagflation चा उदय व अस्तित्व आल्याने केन्स विचारसरणीची पिछेहाट झाली व त्याऐवजी प्रेस्कॉट किडलँड यांचे म्हणणे प्रभावी ठरले.

❐

किडलँड आणि प्रेस्कॉट यांचे महत्त्वाचे लिखाण

किडलँड – लेख

1. Monetary Aggregates and Output, American Economic Review, 2000 (With Scott Freeman)
2. The Gold Standard as a Rule : An Essay in Exploration, Explorations in Economic History, 1995 (With : M. Bordo)
3. Dynamics of the Trade Balance and the Terms of Trade. The J. Curve, American Economic Review, 1994 (With D. Backus, P. Kehoe)
4. International Real Business Cycles, Journal of Political Economy, 1992

प्रेस्कॉट – ग्रंथ

1. Barriers to Riches, with S. L. Parente, MIT Press, 2000

2. Recursive Methods in Economic Dynamics with Stokey and Lucas, Harvard University Press, 1989.

◆ ◆ ◆

८
नोबल नोबेल्स २००५
रॉबर्ट ऑमन आणि थॉमस शेलिंग

अर्थशास्त्राचा २००५ चा नोबेल पुरस्कार दोन अर्थतज्ज्ञांना मिळाला. ते म्हणजे रॉबर्ट ऑमन (Robert Aumann) आणि थॉमस शेलिंग (Thomas Schelling). या दोहोंना हा पुरस्कार कशासाठी दिला आहे, हे जाहीर करताना निवड समितीने म्हटले आहे की, "for having enhanced our understanding of conflict and cooperation through game theory analysis" खेळ सिद्धान्ताच्या विश्लेषणाद्वारे संघर्ष आणि सहकार्य यांच्याविषयी आपली समज उंचावल्याबद्दल हा पुरस्कार देण्यात येत आहे. हे पारितोषिक एकूण १० दशलक्ष क्रोनचे (स्वीडिश चलन) (डॉलर १.३ दशलक्ष) असून ते या दोघांमध्ये समान विभागले गेले आहे. हे दोघेही अर्थतज्ज्ञ अमेरिकन आहेत.

रॉबर्ट ऑमन – जीवनचरित्र

डॉ. ऑमन यांचे संपूर्ण नाव रॉबर्ट जॉन ऑमन असून ते मूळचे इस्रायली ज्यू असून गणितज्ज्ञ आहेत. त्यांना दुहेरी नागरिकत्व असून ते इस्रायलचे जसे नागरिक आहेत तसेच अमेरिकेचेही आहेत. ते अमेरिकन नॅशनल ॲकॅडमी ऑफ सायन्सेसचे सदस्य आहेत. सध्या ते (इस्रायल देशातील जेरूसलेम येथील हिब्रू विद्यापीठातील सेंटर फॉर दी स्टडी ऑफ रॅशनॅलिटीमध्ये प्राध्यापक आहेत. त्यांचा जन्म ८ जून १९३० ला जर्मनीतील फ्रँकफर्ट येथे झाला. त्यांना वयाच्या ७५व्या वर्षी हा नोबेल पुरस्कार मिळाला. त्यांचे ज्यू घराणे हे जुन्या वळणाचे व संस्कारांचे घराणे. त्यांचे वडील सुती कापडाचे घाऊक व्यापारी होते. आर्थिक दृष्ट्या ते सुखवस्तू होते. ते पहिल्या महायुद्धात जर्मनांच्या बाजूने लढले होते व त्यांचा त्यासाठी गौरवही झाला होता. त्यांची आई मात्र लंडनमध्ये लहानाची मोठी झाली व लंडनच्या युनिव्हर्सिटी कॉलेजमधून बी.ए. झाली. १९३०च्या दशकात जर्मनीतील नात्झीकारकीर्दीत त्यांना व एकूण सर्वच ज्यू लोकांना फार हालअपेष्टा सहन कराव्या लागल्या. त्यामुळे १९३८मध्ये त्यांच्या आईवडिलांनी आपल्या दोन मुलांसह अमेरिकेचा रस्ता धरला. तेथे ऑमन यांचे शालेय शिक्षण ज्यूइश शाळेत झाले व नंतर न्यूयॉर्कच्या

रॉबर्ट ऑमन

सिटीकॉलेजमधून त्यांनी पदवी मिळवली. शालेय जीवनातील त्यांच्या शिक्षकांमुळे त्यांना गणिताची आवड निर्माण झाली व ती पुढे इतकी वाढली की त्यांनी १९५०मध्ये बी. एस्. ही पदवी गणितातच मिळवली – त्यानंतर मॅसॅच्युसेट्स इन्स्टिट्यूट ऑफ टेक्नॉलॉजीत पुढील शिक्षणासाठी दाखल झाले. तिथून १९५२मध्ये गणितातील मास्टर्स पदवी घेतल्यावर त्यांनी तेथूनच १९५५मध्ये बीजगणितातील knot सिद्धान्तात पीएच.डी. मिळविली. त्यांचा हा संशोधन प्रबंध १९५६ मध्ये प्रसिद्ध झाला. नंतर ते प्रिन्सटन विद्यापीठात एक वर्ष गणिताचे प्राध्यापक म्हणून लागले. तिथेच त्यांची अर्थतज्ज्ञ जॉन नॅश यांच्याशी ओळख झाली. याच नॅश यांना पुढे १९९४ चा नोबेल पुरस्कार त्यांच्या खेळ सिद्धान्तातील (game theory) मौलिक संशोधनाबद्दल मिळाला. त्यांच्या जोडीला हरसन्यी आणि सेल्टन यांनाही तो त्यावेळी मिळाला. डॉ. नॅश यांच्याकडून त्यांना गेम सिद्धान्ताचे पहिले धडे मिळाले. व पुढे त्या सिद्धान्तावर इतके प्रावीण्य मिळवले व संशोधन केले की त्याची फलश्रुती म्हणजे त्यांना नोबेल अॅवॉर्ड मिळाले. १९५६ पासून ते जेरूसलेम येथील हिब्रू विद्यापीठात गणिताचे प्राध्यापक म्हणून लागले.

दरम्यान १९५५मध्ये त्यांचा एस्थर श्लेसिंगर (Esther Schlesinger) यांच्याशी अमेरिकेतच प्रेम विवाह झाला. त्यांचा संसार ४४ वर्षे अत्यंत सुखसमृद्धीचा झाला. १९९८मध्ये इस्थर कॅन्सरने गेल्या. नोव्हेंबर २००५च्या अखेरीस म्हणजे त्यांना नोबेल अ‍ॅवॉर्ड बहाल करण्याच्या (१० डिसेंबर २००५) काही दिवस आधी त्यांनी इस्थरच्या विधवा बहिणीशी बटिया कॉन्ह हिच्याशी विवाह केला.

थॉमस शेलिंग

थॉमस शेलिंग – जीवनचरित्र

थॉमस शेलिंग यांचे संपूर्ण नाव थॉमस कोम्बी शेलिंग (Thomas Combie Schelling) असून त्यांचा जन्म १४ एप्रिल १९२१चा. ते मुळचेच अमेरिकन असून नोबेल पारितोषिक मिळाले तेव्हा ते ८४ वर्षांचे होते, तसेच त्यावेळी मेरिलँड विद्यापीठात १९९०पासून प्राध्यापक होते. त्यापूर्वी केंब्रिजमधील हार्वर्ड विद्यापीठातच त्यांनी प्रामुख्याने आपली कारकीर्द घालवली व घडविली. त्यांचे महाविद्यालयीन शिक्षण कॅलिफोर्निया विद्यापीठात झाले व तेथून त्यांनी १९४४ मध्ये अर्थशास्त्रातली पदवी मिळवली.पीएच्. डी. मात्र त्यांनी हार्वर्ड विद्यापीठातून १९५१मध्ये मिळवली. पुढे त्याच विद्यापीठात ते 'ल्युसिअस एन् लिटॉ' प्रोफेसर

ऑफ पोलिटिकल इकॉनॉमी म्हणून नेमले गेले पुढे त्याच विद्यापीठाच्या केनेडी स्कूल ऑफ गव्हर्नमेंटमध्ये त्यांनी वीस वर्षे अर्थशास्त्र शिकवले. काही काळ ते अमेरिकन इकॉनॉमिक असोसिएशन या अत्यंत मान्यवर संस्थेचे अध्यक्ष होते. त्यांचे अत्यंत प्रसिद्ध पुस्तक म्हणजे The Strategy of Conflict होय. ते १९६०मध्ये प्रसिद्ध झाले. या पुस्तकात त्यांनी आंतरराष्ट्रीय संबंध, प्रायोगिक अर्थशास्त्रासाठी आवश्यक असलेले पायाभूत कार्य, याबरोबर खेळ सिद्धान्त (game theory) या विषयांचा ऊहापोह केला आहे.

थॉमस शेलिंग यांचे सर्वात मोठे श्रेय म्हणजे ते नोबेलाचे नोबेल होते. कारण त्यांचा हार्वर्डमधील एक विद्यार्थी मायकेल स्पेन्स ज्याला ते माईक असे म्हणत असत, याला २००१मध्ये नोबेल पारितोषिक मिळाले होते. गुरूच्या अगोदर शिष्याला एवढा मोठा मान मिळणे हेच गुरूंचे सर्वात मोठे श्रेय आहे आणि हाच गुरूचा सर्वात मोठा सन्मान आहे.

गेम थिअरी – (खेळ सिद्धान्त) म्हणजे काय?

या उभयतांचे योगदान समजून घेण्यापूर्वी खेळ सिद्धान्त (game theory) म्हणजे काय हे समजून घेतले पाहिजे. व्याख्येच्या रूपात सांगायचे तर गेम सिद्धान्त म्हणजे दोन व्यक्ती किंवा समुहांच्या परस्परांवर परिणाम करणाऱ्या क्रियांविषयीच्या निर्णयाचा विचार करणारा सिद्धान्त होय. दुसऱ्या सोप्या शब्दात सांगायचे तर दोन व्यक्ती वा समुहांच्या एकमेकांवर परिणाम करणाऱ्या माणसाच्या वर्तणुकीचा अभ्यास करणारा सिद्धान्त म्हणजे गेम थिअरी किंवा खेळ सिद्धान्त होय. असा अभ्यास करून हा सिद्धान्त अशा मानवी निर्णयांबद्दल व वर्तणुकीबद्दल काही ठोकताळे मांडत असतो. थोडक्यात असे सांगता येईल की गेमाथिअरी 'क्ष' व्यक्तीला तिच्या विशिष्ट निर्णयामुळे जो काही लाभ किंवा नुकसान होत असेल त्याचा तर विचार करतेच, पण त्याचबरोबर 'य' व्यक्तीने बाजारपेठेतील परिस्थितीनुसार घेतलेल्या निर्णयांमुळे तिच्या लाभ किंवा नुकसानीचाही विचार करतेच आणि या दोहोंच्या अशा निर्णयांचा परस्परांचा लाभ / हानी यावर होणाऱ्या परिणामांचा व त्यातून दोघांच्याही वर्तणूक व निर्णय यावर काय परिणाम होतील याचाही अभ्यास करते.

या गेम थिअरीचा उदय १९५०च्या सुमारास झाला. शेलिंग यांनी वर सांगितलेल्या त्यांच्या (The Strategy of Conflict) या १९६०च्या ग्रंथात या

सिद्धान्ताचा ऊहापोह केला तर ऑमन यांनी त्यांच्या १९५९च्या शोध निबंधात Acceptable Points in General Cooperative n-Person Games- आणि १९८१तल्या Survey of Repeated Games मध्ये हा सिद्धान्त स्पष्ट केला. या दोहोंचे या सिद्धान्तातील योगदान मोठे आणि महत्त्वाचे आहे. ज्येष्ठता क्रमांनुसार अगोदर शेलिंग यांचे व नंतर ऑमन यांच्या योगदानावर विचार पुढे मांडला आहे.

विसाव्या शतकाच्या उत्तरार्धापासून जगात असे चित्र दिसते आहे की प्रत्येक देश, प्रत्येक समाज समस्याग्रस्त झाला आहे आणि त्याचे मूळ राजकीय, आर्थिक आणि सामाजिक क्षेत्रातील संघर्षामध्ये दडलेले आहे. या बाबतीत असेही दिसून येते काही व्यक्तीसमूहात, काही संस्था व संघटनांमध्ये आणि राष्ट्राराष्ट्रांमध्ये सहकार्य आहे तर काहींमध्ये संघर्ष आहे. असे का? याचे उत्तर शेलिंग आणि ऑमन यांनी गेम थिअरीचा एक दृष्टिकोन म्हणून विकास करून आपल्या हाती या प्रश्नाचे स्पष्टीकरण व उत्तर शोधण्याचे एक साधनच दिले आहे. या दोहोंनी गेले जवळ जवळ अर्धशतक या गेम थिअरीबाबतच्या संशोधनावर चिकाटीने कष्ट केले आहेत. त्यांच्या कष्टाची त्यांना देण्यात आलेला नोबेल पुरस्कार म्हणजे ठोस पावतीच आहे.

शेलिंग यांचे योगदान

१९५०च्या दशकाच्या उत्तरार्धात जगातल्या अमेरिका-रशिया या सारख्या बड्या राष्ट्रांमध्ये जी अण्वस्त्र स्पर्धा सुरू झाली तिच्या पार्श्वभूमीवर शेलिंग यांच्या The Strategy of Conflict (1960) या पुस्तकाने त्यांची गेम सिद्धान्ताबाबतची दृष्टी मांडली आणि समाजशास्त्रांसमोर एक प्रकारची एकीकरणाची एकसंध चौकटच जणू निर्माण करून ठेवली. त्यांनी असे दाखवून दिले की कोणत्याही एका बाजूला आपली बाजू भक्कम करण्यासाठी आपल्या समोरील विविध पर्यायांपैकी कमी प्रतीच्या पर्यायांचा वापर करणे उचित ठरेल. हल्ल्याला प्रतिहल्ला करण्याच्या क्षमतेपेक्षा त्याला प्रत्युत्तर देण्याची क्षमता असणे हे अधिक उपयुक्त असते आणि अनिश्चित स्वरूपाच्या प्रत्युत्तरापेक्षा निश्चित स्वरूपाचे प्रत्युत्तर देणे हे अधिक विश्वासार्ह आणि अधिक कार्यक्षम असते. त्यांनी दाखविलेली ही दृष्टी राष्ट्राराष्ट्रातील म्हणा किंवा अन्य कोणत्याही दोहोंतील संघर्ष मिटविणे आणि दोहोतील युद्ध टाळण्याच्या दृष्टीने फार मोलाची आहे. शेलिंग यांच्या संशोधनाने गेम थिअरीत (खेळ सिद्धान्तात) नवनवीन भर टाकली

गेली व समाजशास्त्रांच्या सर्व शाखांमध्ये व प्रांतांमध्ये त्या सिद्धान्ताचा वापर मोठ्या प्रमाणावर केला जाऊ लागला. त्यांच्या विश्लेषणामुळे अनेक व्यापक प्रमाणावरच्या विषयांचे स्पष्टीकरण करणे सुलभ झाले आणि हे विषय म्हणजे औद्योगिक संस्थांच्या स्पर्धात्मक व्यूहरचनेपासून ते राजकीय निर्णय घेण्याच्या सत्तेचे हस्तांतरण करण्यापर्यंतच्या विषयांपर्यंत.

१९५०च्या आसपास जगात शीतयुद्धाला प्रारंभ झाला. अमेरिका आणि रशिया यांच्याच अण्वास्त्रांच्या बाबतीत तीव्र स्पर्धा सुरू झाली व जग या दोन देशांमध्ये विभागले गेले. तिसऱ्या महायुद्धाची भीती निर्माण झाली, पण प्रत्यक्षात या दोन शक्तींना एकमेकांविषयीचा धाक व भीती असल्याने प्रत्यक्ष युद्धाची ठिणगी पडली नाही. शेलिंग यानी या शीतयुद्धाच्या पार्श्वभूमीवर आपला गेम सिद्धान्त मांडला व त्यात एखाद्या भूप्रदेशावरून दोन देशात तणाव निर्माण झाला तर काय होईल यासंबंधीचे विवेचन व विश्लेषण केले व ते वस्तुस्थितीला बरोबर लागू पडणारे ठरले. हे शेलिंग यांचे मोठे श्रेय आहे.

शेलिंग यांनी आपल्या सिद्धान्ताची मांडणी मनुष्याच्या वागणुकीच्या व प्रत्यक्ष वर्तनाच्या संदर्भातही केली. त्यांनी दोन अपरिचित माणसांमध्ये अविश्वासाचे वातावरण असेल तर त्यांचे वागणे कसे असेल, ते कसे स्वरूप धारण करेल हे एका काल्पनिक उदाहरणाने दाखवून दिले. ते उदाहरण असे – समजा एक माणूस रात्रीच्या वेळी काही भयंकर आवाज झाल्याने आत्मसंरक्षणासाठी घराबाहेर आला. पाहतो तो एक चोर बंदूक घेऊन उभा होता. अशा परिस्थितीत दोघांच्या मनात काय विचार चालू होतील व ते दोघे कसे वागतील याचे विचार शेलिंग यांनी मांडले व असा निष्कर्ष काढला की दोघांच्या मनात काय चालले आहे याची पुरेशी माहिती नसल्याने गेम-थिअरी अशा प्रसंगाच्या बाबतीत काही निष्कर्ष काढून देऊ शकत नाही. शेलिंग यांच्या या संशोधनामुळे मानवी वागणुकीच्या अर्थशास्त्राकडे (Behavioural Economics) पाहण्याचा दृष्टीकोन वेगळा झाला व त्याला एकदम मोठे महत्त्व प्राप्त झाले व ते वर्तनविषयक अर्थशास्त्र उद्याच्या काळातील प्रगत अर्थशास्त्र म्हणून मानले गेले आहे.

अशा रीतीने शेलिंग यांचे गेम सिद्धान्ताबाबतचे योगदान फार मोलाचे आहे.

ऑमन यांचे योगदान

ऑमन हे प्रामुख्याने गणितज्ज्ञ असल्याने त्यांनी त्या अंगाने गेम थेअरीचा विचार व संशोधन केल्यामुळे या सिद्धान्ताला त्यांनी अधिक सक्षम केले आहे. त्यांनी

दोन राष्ट्रांमधील सहकार्याचे व स्नेहाचे संबंध वर्षानुवर्षे कसे मैत्रीचे राहू शकतात, त्यांच्यात संघर्ष का व कसे निर्माण होत नाहीत, याचा अभ्यास व विश्लेषण केले . त्यासाठी त्यांनी अमेरिका व इंग्लंड तसेच भारत आणि रशिया या जोड्या लक्षात घेतल्या. त्यांनी यासंबंधीच्या केलेल्या विश्लेषणामुळे गेम थेअरी अधिक समृद्ध झाली.

दुसरे महत्त्वाचे योगदान म्हणजे त्यांनी या सिद्धान्ताच्या आधारे दोन देश म्हणा की दोन उद्योग किंवा कोणतेही दोन गट, समूह अनेक वर्षांपर्यंत परस्पर सहकार्याने कसे राहतील याचे विश्लेषण करून त्याची मांडणी केली. या सर्व जोड्यांमध्ये वारंवार खेळ किंवा परस्पर परिणाम करणाऱ्या कृती किंवा आंतरप्रक्रिया (repeated games) घडून येत असतील तर त्यांच्यामधील विश्वास व मैत्री किती काळ टिकून राहील याबद्दल ऑमन यांनी शंका व्यक्त केली. कारण अशा वारंवार आंतरप्रक्रियेमुळे एक घटक पुढे कोणती पावले उचलेल, काय भूमिका घेईल याबाबत दुसऱ्या जोडीदार घटकाच्या मनात शंका निर्माण होईल व अखेरीस त्यांच्यातील सहकार्य संपुष्टात येईल.

ऑमन यांच्या या संशोधनामुळे वित्तीय कंपन्यांचे व्यवहार, आंतरराष्ट्रीय व्यापारविषयक करार, व्यापार युद्ध, किंमतविषयक युद्ध, वेतनविषयक करार इतकेच नव्हे तर संघटित गुन्हेगारी यांची मीमांसा अधिक स्पष्ट होईल आणि हे त्यांचे योगदान वैशिष्ट्यपूर्ण आहे.

प्रिझनर्स डायलेमा (Prisoners' Dilemma)

ऑमन यांचे आणखी एक महत्त्वाचे योगदान असे की त्यांनी गेम थिअरीमधील प्रिझनर्स डायलेमा (कैद्यांची शृंगापत्ती) या खेळाबाबत एक नवा पैलू मांडला आहे. या खेळात एका चोरीबद्दल दोन कैद्यांना तुरुंगात टाकले जाते. चोरांना असे सांगितले जाते की, चोरीची माहिती माफीचा साक्षीदार बनून दोघांपैकी जो चोर सांगेल त्याची सुटका केली जाईल व दुसऱ्याला १० वर्षे कैदेची शिक्षा दिली जाईल. परंतु जर दोघांनी गुन्हा कबूल केला, तर प्रत्येकाला पाच वर्षांची शिक्षा फर्मावली जाईल. याउलट दोघांनी गुन्हा नाकबूल केला तर पुरेसा पुरावा नसल्याने कमी वर्षांची म्हणजे प्रत्येकी तीन वर्षांच्या कैदेची शिक्षा होईल. यात कैद्यांपुढे पेच किंवा शृंगापत्ती अशी की एकमेकांवरची निष्ठा ठेवून एकाने दुसऱ्याला एकटे पाडायचे नाही की एकाने दुसऱ्याचा विश्वासघात करून माफीचा साक्षीदार व्हायचे व आपली सुटका करून घ्यायची व दुसऱ्याला कैदेत अडकवायचे. अशा परिस्थितीत खेळ सिद्धान्ताप्रमाणे

दोघेही असा विचार करतील की स्वतःची शिक्षा चुकवण्यासाठी दुसरा चोर आपल्याविरुद्ध साक्ष देईलच. त्या परिस्थितीत आपल्याला १० वर्षे तुरुंगवास भोगावा लागेल. त्यापेक्षा आपणच माफीचा साक्षीदार बनून दुसऱ्याला १० वर्षे कैदेत अडकवूच. अशा रीतीने निष्कर्ष असा की अशा खेळात दुसऱ्याला दगा देऊन आपली सुटका करून घेणे हेच तर्कदृष्ट्या शक्य व इष्ट ठरते. ऑमन यांचे यावर मत असे की दोघेही चोर विश्वासघाताचा मार्ग न आचरता दोघेही मूग गिळून गप्प बसतील. असा या दोघांचा डावपेच (Strategy) असेल.

ऑमन यांनी पहिल्यांदाच वारंवार खेळाचा किंवा दोन घटकातील आतंरप्रक्रियांचा सिद्धान्त (Theory of Repeated Games) मांडून दोन घटकातील सहकार्यासाठी काय आवश्यक आहे याविषयीची आपली समज उंचावली आहे. त्यामुळेच अनेक संस्था आपापसात वाटाघाटी करायला का उद्युक्त होतात तसेच आंतरराष्ट्रीय व्यापारी करार का केले जातात हे स्पष्ट केले जाते.

❒

शेलिंग व ऑमन यांचे काही महत्त्वाचे लिखाण

शेलिंग

1. The Strategy of Conflict (1960)
2. Arms and Influence (1966)
3. Dynamic Models of Segregation (Article) (1971)

ऑमन

1. Values of Non-Atomic Games (1974)
2. Game Theory (in Hebrew) Vols 1&2 (1981)
3. Handbook of Game Theory with economic applications Vol. 1-3
4. Repeated Games with Incomplete Information (1995)

◆ ◆ ◆

१
नीबल नोबेल २००६
एडमंड फेल्प्स्

एडमंड फेल्प्स्

२००६चे अर्थशास्त्रातील नोबेल पारितोषिक अमेरिकन अर्थशास्त्रज्ञ एडमंड एस्. फेल्प्स् यांना देण्यात आले. पुरस्कार निवड समितीने असे म्हटले आहे की हा पुरस्कार त्यांना "for his analysis of intertemporal tradeoff in macro economic policy." म्हणजे ''त्यांच्या साकलिक आर्थिक धोरणविषयक त्यांनी केलेल्या आंतरकालिक सममूल्यनाच्या विश्लेषणाबद्दल'' देण्यात येत आहे.

एडमंड फेल्प्स् यांचा जन्म अमेरिकेतील इलिनॉइस राज्यातील इव्हॅन्स्टन इथे १९३३मध्ये झाला. ऑमहर्स्ट महाविद्यालयातून त्यांनी १९५५ मध्ये बी.ए.ची पदवी मिळवली तर येल विद्यापीठातून १९५७मध्ये एम्.ए. पदवी घेऊन अवघ्या दोन वर्षांत त्याच विद्यापीठातून डॉक्टरेट मिळवली. १९६१मध्ये एक वर्षभर रॅंड कॉर्पोरेशनमध्ये नोकरी केल्यानंतर त्यांनी मॅसॅच्युसेटस् इन्स्टिटट्यूट ऑफ टेक्नॉलॉजी मध्ये (MIT मध्ये)१९६२मध्ये एक वर्षभर काम केले व नंतर १९६३ ते ६६ अशी

तीन वर्षे येल विद्यापीठात अध्यापनाचे काम केले. त्यानंतर पेन्सिल्व्हानिया विद्यापीठात अर्थशास्त्राचे प्राध्यापक म्हणून लागले. पुढे १९७८-७९ मध्ये त्यांनी काही काळ न्यूयॉर्क विद्यापीठात अध्यापनाचे कार्य केल्यावर ते कोलंबिया विद्यापीठात मॅकव्हिकार प्रोफेसर (अर्थशास्त्र) म्हणून घेतले गेले व तेथूनच ते सेवानिवृत्त झाले.

विविध पदे

त्यांनी आपल्या कारकीर्दीत अल्पावधीतच एक विश्लेषक अभ्यासू संशोधक प्राध्यापक म्हणून नाव कमावले. त्यामुळे अनेक पदे त्यांच्याकडे चालत आली. त्यापैकी अत्यंत मानाची, महत्त्वाची व मोठी मानली जाणारी अशी १) अमेरिकेचा ट्रेझरी विभाग, सिनेटची फायनान्स कमिटी आणि फेडरल रिझर्व्ह बोर्ड यांचे सल्लागार २) अमेरिकन इकॉनॉमिक असोसिएशनचे मान्यवर फेलो तसेच उपाध्यक्ष ३) मॅनहिम विद्यापीठ, रोम विद्यापीठ, आइसलँड विद्यापीठ इत्यादी. अशा अनेक मान्यवर विद्यापीठांकडून त्यांना सन्मान्य डॉक्टरेट्स (Honoris Causa) मिळाल्या. ४) बीजिंगच्या रेनमिन विद्यापीठाकडून अर्थशास्त्राचे मानद प्राध्यापक ५) कोलंबिया विद्यापीठाने त्यांच सन्मानार्थ २००१ मध्ये आंतरराष्ट्रीय कॉन्फरन्स भरविली व त्यातील चर्चाविषयांच्या लेखांचा भला मोठा ग्रंथ प्रिन्सटन विद्यापीठ मुद्रणालयाने २००३मध्ये प्रसिद्ध केला.

त्यांची पत्नी व्हीव्हीयाना यांच्या साथीने त्यांचे वैवाहिक जीवन अतिशय सुखी समाधानी गेले. ते गमतीने नेहमी असे म्हणत असत की माझ्या सर्व संशोधनात माझा सर्वोत्कृष्ट शोध म्हणजे माझी पत्नी व्हिव्हियाना !

त्यांना नोबेल पारितोषिकाची रक्कम SEK 10 दशलक्ष (स्वीडिश क्रोन) देण्यात आली. हा पुरस्कार म्हणजे रॉयल ॲकॅडमीने (स्टॉकहोम - स्वीडन) आपल्या काही योगदानांबद्दल दिलेली पावतीच आहे असे सांगून त्याबद्दल त्यांनी या मान्यवर संस्थेबाबत कृतज्ञता व्यक्त केली आहे. त्याचबरोबर त्यांना आणखी ज्या एका गोष्टीचा आनंद वाटतो ती म्हणजे त्यांच्या संशोधनातले काही भाग क्रमिक पुस्तकात घेण्यात आले आहेत, तर काहींचा जगभरच्या मध्यवर्ती बँकांनी अवलंब केला आहे आणि काही भाग काही वित्तमंत्रालयांनीही उपयोगात आणला आहे.

फेल्प्स् यांनी आपले आयुष्य अर्थशास्त्राचे अद्यापन, अध्ययन आणि संशोधनाला वाहून घेतले. त्यांनी अर्थशास्त्रातील अनेक विषयांचा व्यासंग केला आणि प्रत्येक बाबतीत पारंपरिक विषयच पुन्हा पुन्हा मांडत त्यात नवीन भर टाकली.

अनेक वेळा तर पारंपारिक अर्थाला धक्का देऊन नव्या आशयात व स्वरूपात त्यांनी ते ते विषय मांडले आहेत आणि एका अर्थाने फेल्प्स यांचा समावेश बंडखोर अर्थशास्त्रज्ञात करावा लागेल. क्लासिकल स्कूल नंतर निओक्लासिकल स्कूलचा उदय आता झाला आणि घटत्या फलाचा सिद्धान्त सांगण्यात आला व त्याने अनेक आर्थिक विचारवंतांच्या मनाची पक्की पकडही घेतली. परंतु अशा एका अर्थशास्त्राचा उदय आता झाला की त्याने तो सिद्धान्त वाढत्या फलाचा सिद्धान्त मांडून घटत्या फलाचा सिद्धान्ताला छेद दिला. अशा अर्थशास्त्राला बंडखोरी अर्थशास्त्र (rebellion economics) म्हटले जाते. त्यात सहभागी असलेल्या अर्थशास्त्रज्ञात एडमंड फेल्प्स् यांचा उल्लेख करावा लागेल.

त्यांनी व्यासंग आणि संशोधन केलेले काही विषय असे : बेरोजगारीच्या नैसर्गिक दराविषयीची संकल्पना व अपेक्षांवर आधारित असलेला फिलिप्स वक्र, प्रेरक वा कार्यक्षम वेतन, किंमत निश्चित करण्यासंबंधीचे ग्राहक बाजाराचे प्रारूप, दीर्घकालीन वृद्धी होण्याच्या संबंधातली शिक्षणाच्या व तंत्रज्ञानाच्या प्रसाराची नेमकी भूमिका व त्यांचे योगदान : भौतिक भांडवल आणि संशोधनावर केल्या जाणाऱ्या गुंतवणुकीसंबंधाचे 'सुवर्ण नियम' (Golden rules), नैसर्गिक बेरोजगारीच्या दरामध्ये दिसून येणाऱ्या आंतरिक (endogenous) बदलासंबंधीची संरचनावाद्यांची (Structuralists) प्रारूपे इत्यादी. या सर्व विषयांचा संबंध साकलिक आर्थिक धोरणांशी येत असतो व त्यावर ते या ना त्या स्वरूपात परिणाम करत असतात.

या सर्व विषयांपैकी सामान्य माणसाच्या कल्याणाशी संबंधित असलेल्या दोन गोष्टी म्हणजे बेरोजगारी आणि भाववाढ. यासंबंधी ब्रिटीश अर्थशास्त्रज्ञ ए. डब्ल्यू. फिलिप्स यांनी अनुभवाधिष्ठित (empirical) विश्लेषण करून दोहोतील संबंधाविषयी निष्कर्ष काढले आणि हे त्यांचे विश्लेषण फिलिप्स वक्र (Phillips Curve) म्हणून म्हटले जाते. फिलिप्स यांनी १८६१ ते १९५७या कालावधीतील ब्रिटनमधील बेरोजगारी आणि वेतनदरातील बदल यांच्यातील परस्पर संबंध (trade off) याविषयी संशोधन करून त्यांच्यातील संख्यात्मक आंतरसंबंध स्पष्ट केले. फिलिप्स वक्र असे दाखवून देतो की ५% वार्षिक वेतन व किंमत वाढ होत असताना बेरोजगारी ३% होती. ही बेरोजगारी १ टक्क्याने कमी करण्यासाठी ८% वेतन व किंमतवाढ सहन करावी लागेल. फेल्प्स यांनी फिलिप्स वक्र हा आपल्या अभ्यासाचा विषय ठरवला व त्यावर लक्ष केंद्रित करून भाववाढ आणि बेरोजगारी यांच्या संबंधाबाबतचे अर्थशास्त्रात नवे योगदान केले आणि त्यामुळे नोबेल पारितोषिकासाठी निवडण्यात आले.

फेल्प्स् यांचा अर्थशास्त्रातील संशोधनाकडे पहिल्यापासून कल होता. १९६७ म्हणजे वयाच्या ३४व्या वर्षी बेरोजगारीचा नैसर्गिक दर (natural rate of unemployment) या संकल्पनेचा शोध लावला. योगायोग असा की जवळपास याच सुमारास मिल्टन फ्रिडमन यांना शिकागो विद्यापीठात अध्यापन व संशोधन करत असताना ही परिकल्पना सुचली होती. ही संकल्पना म्हणजे बेरोजगारीचा जो दर अस्तित्वात असताना श्रमिकांचा बाजार (labour market) समतोल स्थितीत राहतो तो दर म्हणजे बेरोजगारीचा नैसर्गिक दर होय. यालाच बेराजगाराचा समतोल दर असेही म्हणता येईल. दुसऱ्या शब्दात ही संकल्पना अशीही स्पष्ट करता येईल - कोणत्याही अर्थव्यवस्थेत रोजगारीचा एक 'नैसर्गिक म्हणजेच 'वास्तव' दर असतो व त्या दराला वेतन आणि किंमतीतील बदलांविषयीच्या अपेक्षा प्रत्यक्ष अस्तित्वात आलेल्या वेतन व किमतीतील बदलांमुळे संपूर्णपणाने पुऱ्या होतात. बेकारीची पातळी यापेक्षा कमी करण्यासाठी सरकारने जर विस्तारवादी (expansionary) राजकोषीय व चलनविषयक धोरण (fiscal and monetary policy) अवलंबले तर वाढत्या वेतन व किंमतीच्या अपेक्षा निर्माण होतात व त्यामुळे अशा प्रवृत्ती निर्माण होतात की ज्यामुळे चलनवाढ व भाववाढ यांना चालना मिळते व परिणामी बेकारी वाढून ती पुन्हा नैसर्गिक दराइतकी होते.

समग्रलक्ष्यी आर्थिक धोरणांतर्गत (macro economic policy) अर्थव्यवस्थेच्या स्थिरीकरणाच्या धोरणाची मुख्य उद्दिष्ट्ये अल्प किंवा कमी बेरोजगारी आणि कमी चलनवाढ-भाववाढ ही असतात. १९५० आणि १९६०च्या दशकांमध्ये फिलिप्स यांनी आपल्या अनुभवनिष्ठ (empirical) पाहणीवरून असा निष्कर्ष काढला की चलनवाढ आणि बेरोजगार यांच्यामध्ये एक प्रकारचे स्थिर संबंध (Stable trade off) असतात. trade off चा अर्थ सममूल्यन किंवा तडजोड असाही केला जातो, पण विषय चटकन कळावा यादृष्टीने 'संबंध' शब्द वापरणे अधिक योग्य वाटते. व या संबंधानुसार दोहोतील हे संबंध उलट (inverse) असतात म्हणजे जसजसा बेरोजगारी दर कमी होत जाईल (म्हणजेच रोजंदारी वाढत जाईल) तसतसा चलनवाढ - भाववाढीचा दर वाढत जाईल. परिणामी अल्पकालीन फिलिप्स वक्र हा डावीकडून उजवीकडे उतरत जाणारा वक्र असतो.

अल्पकाल व दीर्घकाल

परंतु फेल्प्स यांनी या फिलिप्स सिद्धान्ताला आव्हान दिले आणि अर्थव्यवस्थेतील माहिती विषयीच्या (information) समस्या लक्षात घेऊन वेतन

आणि किंमती निश्चितीच्या अधिक मूलभूत विश्लेषणाद्वारे फिलिप्स् यांचा दृष्टीकोन कसा सदोष किंवा चूक आहे हे दाखवून दिले. अर्थव्यवस्थेतल्या व्यक्तिमात्रांना इतर व्यक्तिमात्रांचे निर्णय व कृती काय असतील याविषयीचे ज्ञान अपुरे किंवा तोकडे असल्याने त्यांना आपले निर्णय (किंवा कृती) काही विशिष्ट अपेक्षांवरच आधारून घ्यावे लागतात. आपल्या विश्लेषणावरून फेल्प्स यांनी अपेक्षाधिष्ठित फिलिप्स वक्र ही परिकल्पना (expectation - augmented phillips curve hypothesis) तयार करून ती मांडली. या गृहितकानुसार भाववाढ–चलनवाढ ही केवळ बेरोजगारीवर अवलंबून नसून बेरोजगारी आणि चलनवाढ – भाववाढीच्या अपेक्षांवर अवलंबून असते.

याचा परिणाम असा होतो की दीर्घ कालावधीत बेरोजगारीचा दर चलनवाढ – भाववाढीने ठरत नसून केवळ श्रमबाजारपेठेची परिस्थिती व त्याचे कार्य व त्यात काय घडामोडी घडत आहेत यावरूनच ठरत असतो. यावरून असा निष्कर्ष निघतो की आर्थिक स्थिरीकरणाचे धोरणाचा परिणाम फक्त बेरोजगारीतील अल्पकालीन चढउतार कमी करण्यावर होत असतात. फेल्प्स् यांनी आपल्या विश्लेषणातून असेही दाखवून दिले आहे की भविष्यकालीन स्थिरीकरणाच्या धोरणाच्या शक्यता या आजच्या धोरणविषयक निर्णयांवर अवलंबून असतात. आजच्या अल्प चलनवाढ – भाववाढीतून उद्याच्या कमी चलनवाढीच्या अपेक्षा निर्माण होतात व त्यामुळे उद्याचे धोरण ठरविणे सुकर केले जाते.

अशा रीतीने आंतरकालिक परस्परसंबंध (किंवा सममूल्यन) (intertemporal trade offs) प्रा. फेल्प्स यांनी अशा रीतीने नव्याने स्पष्ट केले आहेत. या आंतरकालिक सममूल्यनाचे महत्त्व आणखी एका बाबतीत आहे आणि ते म्हणजे भांडवल निर्मितीच्या दराबाबत वस्तूरूप भांडवलासाठी आणि मानवी भांडवलासाठी उपभोगाचा (consumption) आज त्याग करून आजच्या पिढीला भावी पिढ्याचे कल्याण उंचवता येते. फेल्प्स यांनी हाही विचार मांडला असून त्याद्वारे पिढ्यापिढ्यांमधील वाटपासंबंधीचे संभाव्य संघर्ष स्पष्ट केले आहेत. त्यांनी असेही दाखवून दिले आहे की काही विशिष्ट परिस्थितीत सर्वच पिढ्यांचा बचतीच्या दरातील बदलातून लाभ होऊ शकेल. फेल्प्स यांनी आणखी एक योगदान केले आहे. नवीन तंत्रज्ञानाची वाढ व त्याद्वारे आर्थिक वृद्धीतील वाढ या दृष्टीने मानवी भांडवलाच्या महत्त्वाबाबतच्या विश्लेषणाला त्यांनी पुढाकार घेऊन सुरुवात केली आहे. आता हे विश्लेषण अधिक सखोल व समृद्ध करणे ही नव्या दमाच्या अर्थतज्ज्ञांची जबाबदारी आहे. फिलिप्स यांनी आपल्या अनुभवनिष्ठ प्रतिमानात (empirical model) असे सूचित केले होते की अल्पप्रमाणावरची बेकारी व अल्पप्रमाणावरची चलनवाढ –

भाववाढ या दोन परस्परविरोधी गोष्टी आहेत. पहिली घटना अस्तित्वात येत असेल तर दुसरी घटना अस्तित्वात न येता भाववाढ मोठ्या प्रमाणावर अस्तित्वात येईल. परंतु प्रत्यक्ष वस्तुस्थिती अशी नेहमीच असेल असे नाही.प्रत्यक्षात अल्पप्रमाणावरील बेकारीच्या परिस्थितीत किंमतवाढ प्रचंड प्रमाणावर असेल असे नाही, असे फेल्प्स यांनी प्रतिपादन केले. वक्राच्या संदर्भात सांगायचे झाले तर फिलिप्स वक्र नेहमीच उतरत जाणारा असेल असे नाही तर सपाट (flat) व क्षितिज समांतर (horizontal) आकाराचा देखील असू शकतो.

आणखी एक मुद्दा फेल्प्स यांनी मांडला. बेरोजगारी कमी कमी होत असताना (म्हणजे रोजगार वाढत असताना) किंमतमान वाढत जाईल तेव्हा या वाढत्या महागाईपासून स्वत:ला वाचविण्यासाठी श्रमिक वेतन वाढीसाठी सरकारवर दबाव आणतील. सरकार जर नेमले व वेतनवाढ दिली तर रोजंदारीत वाढ झाली नाही तरी अर्थव्यवस्थेत चलनवाढीची परिस्थिती निर्माण होईल, किंमती वाढत जातील. म्हणजेच दीर्घकालावधीत फिलिप्स वक्र ऊर्ध्वगामी आकाराचा (vertical) सरळ उभा असा असेल. अशा अवस्थेला फेल्प्स बेरोजगारीचा नैसर्गिक दर म्हणतात. अशी स्थिती चालूच राहिली तर किंमतवाढीचे दाबाव मोठे असतात व महागाईचे चटके तीव्र होतात.

फेल्प्स यांच्या या सैद्धान्तिक योगदानाने जणू धोक्याची घंटा (warning bell) वाजवून राष्ट्रांना सावध केले. अमेरिकेसह इतर अनेक राष्ट्रातील मध्यवर्ती बँकांना १९६०च्या दशकात जागरूक राहावे लागले. फेल्प्सने वर्णिल्यासारखी भाववाढीची परिस्थिती भारतातही १९७२-७३मध्ये निर्माण झाली होती आणि किंमत निर्देशांक (WPI) २१.५ टक्क्यांवर गेला होता. सरकार परिस्थितीवर तज्ज्ञांच्या अभ्यासगट माध्यमातून जागरूक नजर ठेवून होते. सरकारचा भर अर्थात बेकारी कमी करण्यापेक्षा किंमतवाढ आटोक्यात ठेवणे यावर होता. कारण सामान्य माणसाला महागाईची झळ बसता कामा नये.

अशा रीतीने फेल्प्स यांनी फिलिप्स वक्र प्रतिमानावर नवे संस्करण करून तो वक्र उभा (vertical) असतो तसाच आडवा क्षितिजसमांतरही असू शकतो हे अनुभवनिष्ठेवर आधारून सप्रमाण सिद्ध करून अर्थशास्त्रात फार मोलाचे योगदान केले. त्यांच्या या योगदानाचा परिणाम म्हणजे आज फिलिप्स यानी सांगितलेला मूळ वक्र हा बासनात गुंडाळला गेला आहे आणि खरे वास्तव मांडले गेले आहे. हे फेल्प्स यांचे मोठे श्रेय आहे.

❒

एडमंड फेल्प्स यांचे लिखाण
पुढील ग्रंथांमधील त्यांचे लेख

1. Micro Economic Foundations of Employment and Inflation Theory, by W. W. Norton, Macmillan 1970

2. Inflation Policy and unemployment Theory A Cost-Benefit Approach to Monetary Planning by W. W. Norton 1972.

3. Article "TheGolden rule of Accumulation : A Fable for Growthmen" American Economic Review, September 1961.

4. Articles in "Studies in Macro-economic Theory (Academic Press), Two Volumes, 1979 and 1980

5. Articles in Readings on Economic Justice, Penguin, 1973

6. Structural Slumps : The Modern Equilibrium Theory of Unemployment, Interest and Assets, by Phelps, 1994

7. Phelps : Volume I, 2001, "Edmund S. Phelps and Modern Macro-economics", Columbia University

8. Phelps : Volume II, 2003 "Edmund S.Phelps and Modern Macro-economics", Princeton University Press.

❖   ❖   ❖

१०

नोबल नोबेल्स २००७

लिओनिड हर्विझ, एरिक मॅस्किन आणि रॉजर मिएर्सन

२००७चे अर्थशास्त्रातील नोबेल पारितोषिक तीन अमेरिकन अर्थशास्त्रज्ञांना जाहीर झाले असून त्यांना हे १० दशलक्ष स्वीडिश क्रोन – (१.५७ दशलक्ष डॉलर) बक्षीस समान विभागून १०डिसेंबर २००७ला मोठ्या समारंभपूर्वक दिले गेले. हे तीन अर्थशास्त्रज्ञ म्हणजे लिओनिड हर्बिझ, एहिक मॅस्किन आणि रॉजर मिएरसन. त्यांना हे पारितोषिक त्यांनी विकसित केलेल्या बाजारपेठेशी संबंधित यंत्रणा आकृतीबंध सिद्धान्ताबद्दल दिले गेले. रॉयल स्वीडीश विज्ञान ॲकेडमीने हे पारितोषिक या तिघांना जाहीर करतेवेळी काढलेल्या गौरवपत्रात असे म्हटले आहे की त्यांना हे पारितोषिक 'यंत्रणा आकृतीबंध सिद्धान्ताची पायाभरणी केल्याबद्दल' (for having laid the foundations of mechanism design theory) देण्यात येत आहे.

बाजारपेठेची यंत्रणा ही टंचाई असलेल्या साधनसंपत्तीच्या कार्यक्षम वाटपासाठी असलेली यंत्रणा असते. फार पूर्वी सुमारे तीनशे वर्षांपूर्वी सनातनवादी अर्थशास्त्रज्ञ व अर्थशास्त्राचा जनक म्हणून मानले जाणारे ब्रिटिश अर्थशास्त्रज्ञ ॲडम स्मिथ यांनी आपल्या 'वेल्थ ऑफ नेशन्स' या महान ग्रंथात अदृश्य हाताच्या रूपकाद्वारे असे सांगून ठेवले आहे की आदर्श स्थितीतील बाजारपेठेत एक अदृश्य हात वावरत असतो व तो सर्वांना मार्गदर्शन करून कमतरतेत असलेल्या साधनसामग्रीचे कार्यक्षम असे वाटप घडवून आणतो. परंतु प्रत्यक्षात बाजारपेठेत तथाकथित आदर्शस्थिती कधीच नसते व स्मिथचा अदृश्य हात हा केवळ काल्पनिक व स्वप्नवत असतो. बाजारातली स्पर्धा कधीच खुली,मुक्त व खरी नसते, तसेच ग्राहकानां परिपूर्ण माहिती पुरविली जात नाही आणि खाजगीदृष्ट्या इष्ट असलेले उत्पादन आणि वस्तूंचा वापर (Consumption) सामाजिक खर्च व लाभ निर्माण करणारा ठरतो. याशिवाय अनेक खरेदी विक्री व्यवहार खुल्या बाजारात न होता उद्योग संस्थांच्या (firms) दरम्यान, व्यक्तीव्यक्तीमधील किंवा गटांमधील सौद्याने आणि इतर अनेक संस्थात्मक व्यवस्थांमधून होत असतात. अशा या विविध व्यवस्थांना (की ज्यायोगे खरेदी विक्री व्यवहार घडून येतात.) यंत्रणा किंवा वाटप यंत्रणा (allocation mechanisms) म्हणतात.

या यंत्रणांबद्दल असे प्रश्न निर्माण होतात की या विविध यंत्रणा कितपत चांगले काम करतात? तसेच सामाजिक कल्याण साधणे म्हणा किंवा खाजगी नफा मिळवणे अशासारखे उद्दिष्ट साध्य करण्याच्या दृष्टीने सर्वात उचित यंत्रणा कोणती आहे? ती साध्य करण्यासाठी सरकारी हस्तक्षेप आणि नियमन जरूरीचे आहे का? आणि ते आवश्यक असेल तर त्याचा उत्कृष्ट आकृतिबंध कसा असावा?

हे प्रश्न वाटतात तेवढे सोपे नाहीत. त्यासाठी यंत्रणेच्या आकृतीबंधाचा सिद्धान्त हाच उपयुक्त ठरणारा आहे. हा सिद्धान्त म्हणजे साधनसामुग्रीच्या उचित वाटपयंत्रणेच्या रचनेविषयीचा सिद्धान्त असून त्याची सुरुवात लिओनिड हर्‌विट्झ यांनी केली आणि नंतर आणखी विकसित केला तो एरिक मॅस्किन आणि रॉजर मिएर्‌सन यांनी . या सिद्धान्ताने उचित वाटप यंत्रणेच्या वैशिष्ट्यांची आपली समज,ज्ञान खूपच वाढविले आहे. या सिद्धान्तामुळे आपल्याला कोणत्या परिस्थितीत बाजारयंत्रणा चांगले कार्य करते व कोणत्या परिस्थितीत नाही हे स्पष्ट कळते. तसेच हा सिद्धान्त अर्थतज्ज्ञांना कार्यक्षम व्यापारी यंत्रणा कोणती व नियंत्रणाच्या पद्धती आणि मतदान प्रक्रिया हे ठरवायला मदत करतो. आज हा यंत्रणा आकृतीबंध सिद्धान्त अर्थशास्त्राच्या क्षेत्रात आणि राज्यशास्त्रात देखील महत्त्वाच्या भूमिका बजावत आहे.

लिओनिड हर्विझ

लिओनिड हर्विझ – जीवन चरित्र

डॉ. हर्विझ हे आत्तापर्यंतच्या सर्व विषयातील नोबेल पारितोषिक विजेत्यांमधील सर्वात वयस्कर विजेते आहेत. त्यांचा जन्म १९१७चा म्हणजे त्यांना ९०व्या वर्षी हे पारितोषिक मिळाले. यापूर्वीचे रेकॉर्ड ८८ वर्षांचे होते. रेमंड डेव्हिस ज्युनियर यांना २००२चे भौतिकशास्त्रातले (Physics) नोबेल देण्यात आले होते.

प्रा. हर्विझ हे अमेरिकन नागरिक असून अमेरिकेतील मिनेसोटा विद्यापीठात अर्थशास्त्राचे सन्मान्य असे (emeritus) रिजेंटस् प्राध्यापक आहेत. त्यांचा जन्म रशियातील मॉस्कोतील. त्यांनी पोलंडमधील वॉर्सा विद्यापीठाची १९३८मध्ये कायद्यातील मास्टर्स पदवी मिळविली. त्यांनी सैद्धान्तिक अर्थशास्त्र, कल्याणाचे अर्थशास्त्र, सार्वजनिक आयव्यय आणि गणिती अर्थशास्त्र यांचे अध्यापन केले आहे. त्याचबरोबर त्यांचे अर्थशास्त्रातील विविध शाखांमध्ये सतत संशोधन चालू असते. त्यांचे सध्याचे संशोधन आर्थिक संघटनांच्या पद्धती आणि तंत्र यांची तुलना आणि विश्लेषण, कल्याणकारी अर्थशास्त्र, खेळ सिद्धान्त (Game theory) सामाजिक निवडीच्या उद्दिष्टांची अंमलबजावणी आणि आर्थिक संस्थांचे प्रतिकृतीकरण (modeling) या विविध विषयांवर चालू आहे.

लिओनिड हर्विझ, एरिक मॅस्किन आणि रॉजर मिएर्सन / (१०१)

एरिक एस्. मॅस्किन

एरिक एस्. मॅस्किन – जीवनचरित्र

मॅस्किन हेही अमेरिकन नागरिक असून ते प्रिंसटन (न्यूजर्सी) येथील इन्स्टिटयूट फॉर ॲडव्हान्सड स्टडीमधील स्कूल ऑफ सोशल सायन्समध्ये प्राध्यापक आहेत. त्यांचा जन्म न्यूयॉर्क शहरात १२ डिसेंबर १९५० रोजी झाला. त्यांच्या कुटुंबात त्यांची पत्नी आणि दोन मुले आहेत. त्यांचे उच्च शिक्षण हार्वर्ड विद्यापीठात झाले असून १९७२ मध्ये ते गणितात पदवीधर झाले. १९७४मध्ये अप्लाइड गणितात त्यांनी मास्टर्सची पदवी मिळवली आणि १९७६मध्ये त्यांना केंब्रिज विद्यापीठाने सन्मान्य मास्टर्स पदवी बहाल केली.

१९७२ ते २००७ या पस्तीस वर्षांत त्यांना अनेक फेलोशिप्स्, संशोधन ग्रँटस्, गालब्रेथ यांच्या नावाने असलेले अध्यापन ॲवॉर्ड, सन्मान्य प्राध्यापक पदे मिळाली. २००७मध्ये त्यांना अगोदर एरिक केंप ॲवॉर्ड मिळाले आणि त्यानंतर हा नोबेल पारितोषिकाचा शिरपेच त्यांच्या मस्तकावर ठेवला गेला.

डॉ. मॅस्किन यांनी अनेक विद्यापीठे, महाविद्यालये आणि शैक्षणिक व संशोधन संस्थांमधून अर्थशास्त्राचे प्राध्यापक म्हणून अध्यापन केले. या संस्था म्हणजे

केंब्रिज विद्यापीठ, मॅसॅच्युसेटस् इन्स्टिट्यूट ऑफ टेक्नॉलॉजी, हार्वर्ड विद्यापीठ, प्रिंसटन विद्यापीठ इत्यादी.

याशिवाय अनेक मान्यवर संस्थांवर त्यांनी कार्य केले आहे. त्यात अमेरिकन इकॉनॉमिक असोसिएशन, इकॉनॉमेट्रिक सोसायटी, गेम थिअरी सोसायटी, युरोपियन व इकॉनॉमिक असोसिएशन इत्यादींचा उल्लेख करता येईल. अनेक अर्थशास्त्रीय नियतकालिकांच्या संपादक मंडळावर त्यांची नेमणूक होऊन त्यांच्या विद्वत्तेचा व मार्गदर्शनाचा लाभ घेण्यात आला आहे. त्यांचे लिखाण हे प्रामुख्याने शोध निबंधाचे आहे आणि अनेक मान्यवर नियतकालिकात त्यांचे हे शोधनिबंध प्रसिद्ध झाले आहेत.

रॉजर बी. मिएर्सन – जीवनचरित्र

मिएर्सन हे देखील अमेरिकन नागरिक असून ते शिकागो विद्यापीठात अर्थशास्त्र विभागात अर्थशास्त्राचे प्राध्यापक आहेत. त्यांचा जन्म २९ मार्च १९५१ रोजी बोस्टन येथे झाला. रेजिना वेबर मिएर्सन या त्यांच्या पत्नी असून त्यांन दोन अपत्ये आहेत.

मिएर्सन यांनी हार्वर्ड विद्यापीठातून अप्लाईड मॅथेमॅटिक्समध्ये १९७३ साली एम्. ए. केले. १९७६ मध्ये त्याच विद्यापीठातून याच विषयात डॉक्टरेट मिळवली. त्यांच्या पीएच्.डी. प्रबंधाचा विषय "The Theory of Co-operative Games" होता.

बिएलफेल्ड विद्यापीठापासून त्यांनी आपल्या व्यावसायिक कारकीर्दीला सुरुवात केली. तेथे ते व्हिजिटिंग संशोधक म्हणून एक वर्ष १९७८ – ७९ मध्ये होते.

डॉक्टरेटच्या सालापासूनच त्यांनी आपल्या व्यावसायिक कारकीर्दीला सुरुवात केली. व १९७६ ते ७९ अशी तीन वर्षे ते नॉर्थवेस्टर्न विद्यापीठात ॲसिस्टंट प्रोफेसर होते आणि मॅनेजेरियल इकॉनॉमिक्स शिकवीत आहेत. नंतर त्याच विद्यापीठात १९७९ ते १९८२मध्ये ते असोसिएट प्रोफेसर झाले. १९८२मध्ये ते तिथे प्राध्यापक झाले व वीस वर्षे म्हणजे २००१पर्यंत त्यांनी तेथे अध्यापन केले. दरम्यान १९८५-८६त आणि २०००-२००१मध्ये ते शिकागो विद्यापीठात अर्थशास्त्राचे व्हिजिटिंग प्राध्यापक म्हणून अध्यापन करीत होते. २००१मध्ये त्यांना तेथे अर्थशास्त्राचे प्राध्यापक म्हणून नेमणूक मिळाल्याने त्यांनी नॉर्थवेस्टर्न विद्यापीठ सोडले. २००७ मध्ये दोन सन्मानांचा त्यांच्यावर वर्षाव झाला. एक, शिकागो विद्यापीठात त्यांना ग्लेन ए. लॉईड

रॉजर बी. मिएर्सन

प्राध्यापक म्हणून सर्वोत्तम सेवेबद्दल नेमले गेले, आणि दोन म्हणजे हे २००७चे नोबेल ॲवॉर्ड त्यांना बहाल करण्यात आले.

त्यांनी आपल्या कारकीर्दीत अनेक व्यावसायिक सन्मान मिळविले आणि त्यांच्यावर अनेक जबाबदाऱ्या त्यांच्यावर टाकण्यात आल्या. निरनिराळ्या फेलोशिप्स त्यांना देण्यात आल्या. तसेच विविध आर्थिक नियतकालिकांच्या संपादक मंडळावर घेण्यात आले. अगदी अलिकडे म्हणजे २००२मध्ये बासल विद्यापीठाने (स्वित्झर्लंड) त्यांना सन्मान्य डॉक्टरेट बहाल केली.

अशा रीतीने अतिशय समृद्ध कारकीर्द मिएर्सन यांनी कमावली.

पार्श्वभूमी

२०व्या शतकाच्या मध्याला अर्थशास्त्रज्ञांना एका नवीन सैद्धान्तिक चौकटीची आवश्यकता जाणवू लागली, आणि ती कशा करता? तर भांडवलशाही आणि समाजवादी संस्थांसारख्या मूलभूत दृष्टीने वेगळ्या वेगळ्या प्रकारच्या असणाऱ्या आर्थिक संघटनांमधील तुलनेची चर्चा करण्याकरिता. ऑस्कर लेज आणि फ्रेडरिक हाइक यांच्यामधील चर्चांमधून अशी एक कल्पना निघाली की यासारख्या आर्थिक

संस्था म्हणजे माहिती व संपर्काच्या यंत्रणाच आहेत. या निष्कर्षावरून लिओनार्ड हर्‌वित्झ यांना सामूहिक निर्णय घेणे कार्यवाहित आणणाऱ्या संस्थांच्या विश्लेषणासाठी एक गणिती चौकट तयार करता येईल, असा विचार सुचला व त्यांनी १९६०मध्ये आकृतीबंध सिद्धान्त मांडला व तो सिद्धान्त म्हणजे एक समर्थ आणि विस्तृत प्रमाणावर वापरता येणारे साधन म्हणून विकसित झाला.

लिलाव असो, की निवडणुका असो, किंवा फार काय आपण भरत असलेले कर असोत, आपले जीवन यंत्रणांनी नियंत्रित असते आणि या यंत्रणाच व्यक्तिमात्रांच्या पसंती विचारात घेत असताना सामूहिक निर्णय घेत असतात. या यंत्रणांचा आराखडा अशा तऱ्हेने बनवलेला असतो. (designed) की त्यामुळे जास्तीत जास्त सामाजिक भले साधले जावे आणि तेही अशा परिस्थितीत की जेव्हा सहभागी व्यक्ती सर्व समाजाच्या कल्याण व स्वास्थ्यापेक्षा स्वत:च्याच लाभाच्या दृष्टीने कार्य करत असतात. यंत्रणा आकृतीबंध (किंवा आराखडा design) सिद्धान्ताचे उद्दिष्ट अशा यंत्रणांचा अभ्यास करणे (परिशीलन करणे) हेच असते. या यंत्रणेच्या आराखड्याचे वर्णन एक अशी कला म्हणून करता येईल की ज्यामुळे अशा संस्थांची निर्मिती करणे की ज्या संस्था व्यक्तिगत उत्तेजनांचा एकूण सामाजिक उद्दिष्टांशी मेळ घालतील.

हा यंत्रणा आकृतीबंध (design) सिद्धान्त हा खेळ सिद्धान्ताचीच शाखा असून मानसशास्त्रज्ञ त्याला सामाजिक परिसरांचा / परिस्थितीचा सिद्धान्त म्हणतात. हा सिद्धान्त, खेळ सिद्धान्ताचा उपयोग एखाद्या विशिष्ट समस्येला वेगळ्या प्रकारचे नियम लावले तर त्याचा परिणाम काय होईल असे विचारण्यापर्यंत विस्तारित करणारा सिद्धान्तआहे. यंत्रणा आकृतीबंध सिद्धान्त ही एक पद्धती आहे असेही म्हणता येईल, आणि ही पद्धती, सर्व शक्य वाटप यंत्रणांपैकी कोणती यंत्रणा सर्वात उचित परिणाम किंवा फल देईल याचे प्रात्यक्षिक दाखवणारी आहे. त्यामुळे हा सिद्धान्त अनेक विध समस्यांसाठी वापरता येईल आणि ही विविधता म्हणजे मोबाईल फोन कंपन्यांना रेडिओ फ्रिक्वेंसी लिलावाने देण्यापासून ते सामाजिक कल्याणाच्या पद्धती उभारण्यापर्यंत इतकी आहे. हा यंत्रणा आकृतीबंध सिद्धान्त अशा अनेक संघटनांच्या दृष्टीने मूलभूत महत्त्वाचा आहे की ज्या कार्यरत आहेत हे आपण गृहीत धरून चालतो.

लिओनिड हर्‌विझ यांनी मुळात मांडलेल्या या सिद्धान्तात एरिक मॅस्किन आणि रॉजर मिएरसन यांनी मोलाची भर घातली आणि त्याची उपयुक्तता अनेक तऱ्हेच्या परिस्थितींना लागू होण्याइतकी विस्तारली. हे दोघे हार्वर्ड विद्यापीठात एकाच

वर्गात होते. दोघांनी एकाच वर्षी प्रगत गणितात डॉक्टरेट मिळविली.

दैनंदिन जीवनात अनेक प्रकारचे प्रश्न निर्माण होत असतात, की ज्यांची उत्तरे शोधणे कठीण होऊन बसते. ग्राहक आणि विक्रेते इतकी घासाघीस करतात की शेवटी दोघांमध्ये खरेदी विक्रीचा व्यवहार होतच नाही. दोहोंमधील चांगल्यापैकी करार किंवा संयुक्त प्रकल्प हा प्रत्यक्षात उतरतच नाही कारण दोनही पक्षांचे त्याचा खर्च कसा विभागून घ्यायचा याबाबत एकमत होत नाही. उदा. आजारपणाचा विमा हा दोन पक्षांमधला करार किंवा प्रकल्प आहे. विमाधारक आणि विमा कंपनी. परंतु विमाधारक ग्राहकाला वाटते की विमासंरक्षण अपुरे आहे तर विमा कंपनी म्हणते विमा संरक्षणाचा गैरवापर केला जात आहे. तसेच विमा कंपनी असा दावा करते की त्यांचे खर्च खूप मोठे आहेत त्यामुळे विमा हप्ता मोठा आकारावा लागतो, तर विमाग्राहक म्हणतात त्यांना मिळणारा लाभ इतका कमी आहे की त्यामानाने ते भरत असलेला हप्ता कमी करावा. अशा रीतीने प्रत्यक्ष पक्ष आपली माहिती पुरी व खरी उघड करत नसल्याने उभयपक्षात नाराजी असते. त्यामुळे परस्परातील व्यवहार होत नाहीत. यामागचे महत्त्वाचे कारण म्हणजे माहितीची असमानता आणि आर्थिक संस्थांची अपूर्णता.

आर्थिक सिद्धान्ताचे महत्त्वाचे उद्दिष्ट असे असते की कोणत्या आर्थिक संस्था किंवा वाटपयंत्रणा, खाजगी माहितीतून निर्माण होणारी आर्थिक नुकसानी कमीत कमी करण्यास योग्य आहे, कोणत्या व्यापार यंत्रणा व्यापारातून मोठा लाभ मिळवून देतील आणि कोणत्या अशा यंत्रणा विक्रेत्याला अपेक्षित उत्पन्न मिळवून देतील? कोणत्या सामूहिक निर्णय घेण्याच्या पद्धती योग्य असे संयुक्त प्रकल्प राबवण्यात यश मिळवून देतील? कोणत्या विमा योजना धारकाला उत्कृष्ट व्यापक संरक्षण देतील व त्यांचा गैरवापर होऊ देणार नाहीत?

या सर्व प्रश्नांची उत्तरे देण्यासाठी यंत्रणा आकृतीबंध सिद्धान्त मांडला गेला व विकसित केला गेला. लिओनिड हर्‌वित्झ यांनी तो १९६० साली प्रथम मांडला व नंतर एरिक मस्किन आणि रॉजर मिएर्सन यांनी त्यात भर घालून तो अधिक विकसित केला. या सिद्धान्ताने वर निर्माण होणारे व अशा अनेक प्रश्नांचे विश्लेषण करून त्यांची उत्तरे मिळवून देण्याची साधने पुरविली आहे. उदाहरणार्थ, यंत्रणा आराखडा सिद्धान्ताने असे दाखवून दिले आहे की ग्राहकांच्या गटात खाजगी वस्तूंची योग्य वाटणी होण्यासाठी लिलाव ही सर्वात कार्यक्षम पद्धती आहे का? तसेच तो असेही

दाखवून देतो की लिलावाची कोणती विशिष्ट पद्धती विक्रेत्याला मोठ्या प्रमाणावर अपेक्षित उत्पन्न मिळवून देईल. त्याचप्रमाणे हा सिद्धान्त सार्वजनिक वस्तू लोकांना पुरवण्याच्या समस्येला चांगला असा उपाय का नाही हेही स्पष्ट करतो. हा सिद्धान्त असेही दर्शवून देतो की अशा सार्वजनिक वस्तूंचा कार्यक्षम योग्य पुरवठा होण्यासाठी तुम्हाला एकमुखी निर्णय घेण्याच्या तत्त्वांना मुरड घालावी लागेल.

यंत्रणेचा आकृतीबंध किंवा आराखडा ही संकल्पना उपयोगात येण्यापूर्वी साधनसामग्रीच्या वाटपाच्या यंत्रणांचे सूक्ष्म अर्थशास्त्रीय विश्लेषण हे मुख्यत: बाजाराचा सिद्धान्ताच्या स्वरूपाचे होते आणि मुख्य प्रश्न असा होता – बाजारयंत्रणा साधनसामग्रीचे कार्यक्षमतेने वाटप करण्यासाठी केव्हा पुरेशी होईल? त्याचे उत्तर असे की बाजार पूर्ण कार्यक्षम फलश्रुतीची अंमलबजावणी फक्त अत्यंत अवास्तव परिस्थितीमध्ये करू शकेल आणि अशा परिस्थितीची उदाहरणे म्हणजे पूर्ण स्पर्धा, मुक्तपणाने माहिती उपलब्धता, खाजगी वस्तू, उत्पादन व उपभोग (वस्तूचा वापर) यांच्या पर्यावरणीय परिणामांचा अभाव.

यंत्रणेच्या आकृतीबंधाच्या सिद्धान्ताने एक खूपच अधिक सर्वसाधारण प्रश्न उपस्थित केला – अशा अधिक सर्वसाधारण परिस्थितीत साधनसामग्रीच्या वाटपाच्या कोणत्या यंत्रणेमुळे सर्वोत्तम प्राप्य (attainable) फलश्रुती प्राप्त होते? या प्रश्नाच्या उत्तराचा एक भाग असा की बाजारपेठा, जरी त्या पूर्ण कार्यक्षमता मिळवू शकत नसल्या, इतर कोणत्याही यंत्रणेइतके तरी निदान कार्य करतात आणि तेही अशा परिस्थितीत की ज्या पूर्ण कार्यक्षमतेच्या परिस्थितीपेक्षा पुष्कळच कमी अवास्तव असतात. उदाहरण द्यायचे तर ते म्हणजे तथाकथित दुहेरी लिलावांचे की ज्यात खरेदीदार व विक्रेते बोल्या लावतात; असे लिलाव बहुतेक वेळी खाजगी वस्तूंच्या देवाणघेवाणीच्या व्यापारासाठी यंत्रणा म्हणून असतात. वरील प्रश्नाच्या उत्तराचा दुसरा भाग असा की बाजारपेठा या सार्वजनिक वस्तूंचा पुरवठा करायला अयोग्य असू शकतात. अशा संयुक्त प्रकल्पांना अर्थपुरवठा करण्यासाठी अन्य संस्थात्मक चौकटीची गरज लागेल. उदा. भावी वापरणाऱ्यांवर कर आकारणी करणे.

बाजारपेठा जरी परिपूर्ण नसल्या तरी त्या इष्ट (desirable) असू शकतात हा कित्येक वर्षांपासूनचा समज आहे. तसेच सार्वजनिक वस्तूंसाठी काही वेळा करांच्याद्वारे वित्तपुरवठा करणे समर्थनीय असते. यंत्रणा आकृतीबंध सिद्धान्ताने हे समज खूपच नेमके केले आहेत. कोणत्याही विशिष्ट परिस्थितीसाठी पर्याप्त संस्थेची

वैशिष्ट्ये सांगण्याचे साधन हा सिद्धान्त देत असतो. त्यामुळे त्याद्वारे पर्यायी संस्थांच्या गुणांचे अधिक शास्त्रशुद्ध विश्लेषण करणे शक्य होते. अर्थशास्त्राच्या अनेक क्षेत्रात या सिद्धान्ताच्या वापराने मोठा बदल घडवून आणला आहे. व त्या क्षेत्रांमध्ये नियमन सिद्धान्त, औद्योगिक वित्तपुरवठा, करांविषयीचा सिद्धान्त आणि मतदानाच्या पद्धती यांचा समावेश आहे.

महत्त्वाच्या संकल्पना आणि निष्पत्ती

लिओनिड हर्‌विझ यांनी १९६०मध्ये ज्या अभ्यास लेखातून हा सिद्धान्त मांडला त्यात त्यांनी यंत्रणेची संकल्पना अशी मांडली की यंत्रणा म्हणजे एक असा खेळ की ज्यातील सहभागी एकमेकास अथवा संदेश केंद्राकडे संदेश पाठवत असतात, आणि ज्यात पूर्वनिश्चित नियम प्राप्त संदेशाच्या प्रत्येक संग्रहाला निष्पत्ती ठरवून देतो. ही निष्पत्ती म्हणजे वस्तू आणि सेवांचे वाटप होय. सहभागी लोकांच्या विशिष्ट पसंत्या आणि भावना गृहीत धरता प्रत्येक नियम एक किंवा अधिक भाकीत केलेल्या निष्पत्ती किंवा परिणाम घडवून आणतात. म्हणजेच समतोल घडवून आणतात. अशा चौकटी अंतर्गत बाजारपेठांशी किंवा बाजारपेठांसारख्या संस्थांशी निगडित भाकीत परिणामांची तुलना असंख्य पर्यायी व्यापारी संस्थांच्या भाकित परिणामांशी करून पाहता येते. हर्‌विझ यांनी १९७२ मध्ये उत्तेजनात्मक सहभाव (incentive compatibility) ही महत्त्वाची संकल्पना सांगितली व ती नंतरच्या ज्या विकासात्मक घटना घडून आल्या त्यांची मध्यवर्ती संकल्पना असल्याचे दिसून आले.

१९७०च्या दशकात तथाकथित प्रकटीकरणाचे तत्त्व (revelation principle) आणि कार्यवाही सिद्धान्ताचा (implementation theory) विकास या दोहोंमुळे यंत्रणा आकृतीबंध सिद्धान्तात मोठी प्रगती झाली. प्रकटीकरणाचे तत्त्व हे असे तत्त्व आहे की त्यामुळे यंत्रणा आकृतीबंधाच्या समस्यांचे विश्लेषण खूप साधे-सोपे केले जाते. हे तत्त्व असे सांगते की विशिष्ट समस्या सोडविण्यासाठी कोणती यंत्रणा सर्वोत्तम आहे याचा शोध घेताना संशोधक ज्या यंत्रणांना थेट यंत्रणा म्हटले जाते अशा यंत्रणांच्या लहानशा यंत्रणेवर उपविभाग स्वरूपाच्या लहानशा यंत्रणेवर आपले लक्ष केंद्रित करू शकतो. अशी यंत्रणा हर्‌वित्झ यांनी सांगितलेली उत्तेजनात्मक सहभावाची अट पूर्ण करते

जरी अशा थेट यंत्रणांचा हेतू वास्तव जगातील संस्थांची वर्णने करणे हा

नसला तरी त्यांची गणिती संरचना त्यांना विश्लेषण योग्य करत असते. एखाद्या विशिष्ट समस्येसाठी सर्वोत्कृष्ट प्रत्यक्ष यंत्रणा सापडवणे / मिळवणे हे बहुधा सहजसाध्य असते. आणि एकदा का अशी यंत्रणा हाती आली की संशोधकाला ती यंत्रणा अधिक वास्तविक यंत्रणेत रूपांतरित करता येते. अशा आडवळणाच्या पद्धतीमुळे संशोधकांना संस्थात्मक आकृतीबंधाच्या समस्या सोडवणे शक्य झाले आहे, एरवी या समस्या सोडवण्याच्या आवाक्यात आणणे कठीण आहे.

प्रकटीकरण तत्त्वाची पहिली आवृत्ती गिबार्ड (Gibard) यांनी १९७३मध्ये तयार केली. दासगुप्ता. हॅमंड व मस्किन मिएर्सन यासारख्या अनेक संशोधकांनी स्वतंत्रपणे ती बायेसियन नॅश समतोलाच्या प्रमाणभूत कल्पनेपर्यंत विस्तारित केली. त्यामुळे ती नंतरच्या संशोधनासाठी विशेषे करून फलदायी व उपयुक्त ठरली. मिएर्सन यांनी आपल्या तीन अभ्यासामधून (१९७९, १९८२ आणि १९८६) तिला सार्वत्रिकता प्राप्त करून दिली. आणि लिलाव आणि नियमन यासारख्या विशिष्ट आर्थिक समस्यांना लागू करून दाखवायला पुढाकार घेतला.

प्रकटीकरणाच्या तत्त्वाने आर्थिक यंत्रणांचे विश्लेषणच मुळी बदलून टाकले. तथापि एक समस्या उरतेच. अनेक बाबतीत असे होते की एक यंत्रणा अनेक वेगवेगळे समतोल मान्य करते. जरी एका समतोल स्थितीत सर्वोत्कृष्ट परिणाम प्राप्त झाला तरी इतर गौण समतोल देखील अस्तित्वात येऊ शकतात. उदाहरणार्थ, पारंपरिक दुहेरी लिलावात अनेक समतोल येण्याचा कल असतो. त्यापैकी काही समतोलामध्ये व्यापाराचे आकारमान अगदी लहान असेल. अशी काही यंत्रणा तयार करता येईल का की तिच्यात सर्व समतोल पर्याप्त असतील? या समस्येला पहिले सर्वसामान्य उत्तर एरिक मास्किन यांनी आपल्या १९७७च्या अभ्यासात दिले आणि त्या उत्तरातूनच जो सिद्धान्त पुढे आला तो म्हणजेच कार्यवाही सिद्धान्त (Implementation theory) होय आणि हा सिद्धान्त म्हणजेच आधुनिक यंत्रणा आकारमानाचा भाग होय.

द्विपक्षी व्यापाराचे उदाहरण

यंत्रणा आकृतीबंधाच्या सिद्धान्ताचे अनेक सामर्थ्यशाली परिणाम प्रस्तावित केले आहेत (offered). परंतु ते अमूर्त व काल्पनिक स्वरूपाचे (abstract) आहेत. मुळाशी असलेली तत्त्वे उदाहरणे देऊन सुलभ रीतीने स्पष्ट करण्यासाठी खाली एका

साध्या उदाहरणाचे तपशिलवार विश्लेषण देत आहे.

समजा इंदिरा नावाच्या एका महिलेला तिचा चांगल्या स्थितीतील मायक्रो ओव्हन विकायचा आहे. विद्यागौरी नावाच्या एका महिलेला तो विकत घेण्याची इच्छा आहे. या दोघींच्या मनात त्यांची काही विशिष्ट किंमत ठरलेली आहे. यातील पहिली शक्यता पुढीलप्रमाणे आहे.

१. समजर इंदिराच्या मनात ओव्हनची 'क्ष' रुपये (म्हणजेच ५०००रुपये) किंमत मिळावी असे आहे, तर विद्यागौरीच्या मनात 'य' रुपये (म्हणजे ४५०० रुपये) किंमत द्यावी असे आहे. दोघीही जणी आपापल्या किमतींवर ठाम असतील तर या यंत्रणेत (mechanism मध्ये) हा व्यवहार होणार नाही.

२. परंतु खरेदीदार विद्यागौरी यांना या ओव्हनची खूपच गरज असेल तर त्या त्यासाठी जास्त किंमत द्यायला तयार होतील अणि त्यांची ही गरज इंदिरा या महिलेच्या ओव्हन विकून टाकण्याच्या निकडीपेक्षाही जास्त असेल (म्हणजे 'य' > क्ष असेल तर) दोघींमध्ये बोलाचाली (negotiations) व घासाघीस होऊन एक किंमत निश्चित केली जाईल व त्या किमतीला दोहोत ओव्हनचा व्यवहार घडेल. उदा. विद्यागौरी ५५००रु. किंमत द्यायचे मनात योजत असतील आणि इंदिरा ५०००रु. मिळावे असे योजत असतील तर ५००० व ५५०० या दरम्यान किंमत निश्चित होईल व त्या किमतीला ठरलेली किंमत (agreed price) म्हणतात. ती 'क' या अक्षराने दाखवू.

उपयोगिता लाभ (Utility Gain)

या व्यवहारातून प्रत्येकाला होणारा उपयोगिता लाभ हा पुढीलप्रमाणे काढता येईल.

विक्रेत्याचा (इंदिराचा) उपयोगिता लाभ = कबुलीने ठरलेली किंमत - विक्रेत्याने मनाने आकारलेली किंमत (क - क्ष)

खरेदीदाराचा उपयोगिता लाभ (विद्यागौरीचा) = कबुलीने ठरलेली किंमत - खरेदीदाराने मनाने द्यायची ठरवलेली किंमत

क - य

यावरून एकूण उपयोगिता लाभ = क - क्ष - क + य

= य - क्ष

अशा रीतीने दोघींमध्ये व्यापार घडून येण्यासाठी खरेदीदाराला वस्तूचे वाटणारे मूल्य हे विक्रेत्याला वाटणाऱ्या मूल्यापेक्षा अधिक असले पाहिजे. परंतु प्रत्यक्ष जीवनात खरेदीदार काय किंवा विक्रेता काय कोणालाच एकमेकांना वाटणारे मूल्यांकन माहित नसते. प्रत्येकाला फक्त स्वत:चे मूल्यांकन माहीत असते. त्यामुळे प्रश्न असा निर्माण होतो की परस्परांमध्ये व्यापार घडून यावा म्हणून कोणत्या प्रकारची यंत्रणा उपयोगात आणावी?

तीन शक्य असलेल्या यंत्रणा

यासाठी तीन प्रकारच्या यंत्रणा आहेत.त्यातून एकीची निवड करावी लागेल. त्या पुढीलप्रमाणे -

१. इंदिरा ही महिला विद्यागौरीसमोर 'मी मागेन त्या किमतीला ओव्हन घे नाहीतर सोडू दे.' हा प्रस्ताव ठेवते.

२. विद्यागौरी ही खरेदीदार इंदिरा या विक्रेत्या महिलेसमोर 'मी म्हणेन त्या किंमतीला ओव्हन दे नाही तर राहू दे'' हा प्रस्ताव ठेवते.

३. दुहेरी लिलाव यंत्रणा : या यंत्रणेत विक्रेती व खरेदीदार हे दोघे एकाच वेळी ज्या किमतीला ते व्यापार करायला तयार आहेत ती किंमत जाहीर करतात. जर खरेदीदाराची किंमत विक्रेत्याच्या किंमतीपेक्षा जास्त असेल तर त्या दोहोंच्या किमतीच्या दरम्यान कोठेतरी प्रत्यक्ष किंमत निश्चित होईल व व्यापार घडून येईल.

परंतु या तीन यंत्रणांपैकी एकाही यंत्रणेत व्यापार होण्यासाठी वर सांगितलेला गुणधर्म नाही व तो गुणधर्म म्हणजे जर खरेदीदाराचे वस्तूबाबतचे स्वत:चे मूल्यांकन (evaluation) हे विक्रेत्याच्या मूल्यांकनापेक्षा जास्त असेल तर दोहोतला व्यापार व वस्तूची खरेदी विक्री व्यवहार नेहमीच होत असतो. वरील उदाहरणात इंदिराने 'घे नाहीतर सोडून दे' प्रस्ताव मांडल्यावर ओव्हनची किंमत तिने मनात ठरवलेल्या प्रत्यक्ष मूल्यापेक्षा जास्त आकारायला हवी, तसे करणेच तिच्या फायद्याचे आहे. जर तिने ओव्हनची किंमत तिच्या स्वत:च्या मूल्यांकनाइतकी निश्चित केली तरी विद्यागौरी त्या किंमतीला ओव्हन विकत घेवो अथवा न घेवो याची ती पर्वा करणार नाही. जर तिने किमत थोडीशी जास्त आकारली तर तिची स्थिती अधिक चांगली राहील. कारण विद्यागौरीने ओव्हन त्या किंमतीला विकत घेतला तर तिचा काही प्रमाणात फायदाच होईल आणि तिने विकत घेतला नाही तरी त्यामुळे तिचे काहीच नुकसान

होणार नाही. विद्यागौरी अर्थातच तिचा हा प्रस्ताव मान्य करील, पण जर इंदिराने प्रस्तावित केलेली किंमत तिने ओव्हनसाठी तिच्या मनाने ठरवलेल्या किंमतीइतकीच अथवा त्यापेक्षा कमी असेल तरच. अशा रीतीने इंदिरा जरी ओव्हनचे मूल्यांकन विद्यागौरीपेक्षा कमी मानत असली तरी अखेरीस ती विद्यागौरी मोजायला तयार असलेल्या किंमतीपेक्षा जास्त किंमत प्रस्तावित करेल.

दुहेरी लिलाव यंत्रणा ही थेट स्वरूपाच्या यंत्रणेसारखी आहे. थेट यंत्रणेमध्ये प्रत्येक सहभागी व्यक्तीला तिचे वस्तूचे मूल्यांकन 'केंद्रीय संस्थेस' कळवावे लागते आणि जर विक्रेत्याचे वस्तूचे मूल्यांकन ग्राहकाच्या मूल्यांकनापेक्षा जास्त असेल तरच वस्तूचा व्यापार व हस्तांतरण होते व तेही वर सांगितल्याप्रमाणे दोहोंच्या किंमतीच्या दरम्यान कोठेतरी निश्चित झालेल्या किमतीला. ही थेट यंत्रणा व्यापराचे सर्व फायदे प्राप्त करून देईल. आणि त्यामुळे वस्तू वाटपांबाबत किंवा साधन सामग्रीच्या वाटपाबाबत (allocation) ती पेरेटोंनी सांगितलेली कार्यक्षमता प्राप्त करून देईल. म्हणजेच अन्य कोणतेही वाटप उभयपक्षांना अधिक चांगली स्थिती प्राप्त करून देऊ शकणार नाही. मात्र उभयपक्षांनी आपले मूल्यांकन प्रामाणिकपणे जाहीर केलेल असले पाहिजे. तथापि हा विशिष्ट परिणाम (outcome) म्हणजे उत्तेजनात्मक सहभाव (incentive compatibility) होय. कारण विक्रेत्याला त्याचे मूल्यांकन जास्त करून सांगण्यास उत्तेजन मिळाले, तर ग्राहकाला ते कमी करून सांगण्यास उत्तेजन मिळेल. खाजगी माहिती आणि मूल्य सांगणे हे समतोलाशी विसंगत किंवा विरोधी आहे.

अशक्यता परिणाम मॅस्किन यांनी १९७९मध्ये आणि मिएर्सन यानी १९८३मध्ये मांडला. हा परिणाम असे दर्शवितो की कोणत्याही उत्तेजनात्मक सहभावी थेट यंत्रणेत असा गुणधर्म नसतो की व्यापारापासून लाभ मिळत असेल तरच व्यापार घडून येईल. १९७०च्या दशकात मांडल्या गेलेल्या प्रकटीकरणाच्या तत्त्वानुसार (revelation principle) आपल्याला असा निष्कर्ष काढता येईल की कोणतीही यंत्रणा असो व्यापारापासून सर्व लाभ मिळवता येणार नाही. दुसऱ्या शब्दात असे म्हणता येईल की पेरेटो यांचे कार्यक्षमतेचे तत्त्व हे मुक्तव्यापार आणि ऐच्छिक सहभागाशी विरोधी व विसंगत असते.

यंत्रणा आकृतीबंध सिद्धान्तात विलक्षण सामर्थ्य आहे. तो सर्व कल्पनीय यंत्रणांमधील सर्वोत्तम यंत्रणेची वैशिष्ट्ये स्पष्ट करतो. द्विपक्षीय स्वरूपाच्या कोणत्याही

व्यापारी यंत्रणेत मिळवता येणाऱ्या व्यापारी अपेक्षित लाभांची नेमकी विशिष्ट मर्यादा मिएर्सन यांनी १९८३ मध्ये विशेष करून प्रस्थापित केली. फार काय, त्यांनी असेही दाखवून दिले की ही वरिष्ठ मर्यादा दुहेरी लिलावाच्या सहाय्याने प्रत्यक्ष प्राप्त करून घेता येईल. याचा अर्थअसा की – वरील उदाहरणात दर्शविलेल्या लिलावातील समतोल परिणामापेक्षा अन्य कोणतीही अधिक चांगल्या परिणामांची ग्वाही देऊ शकणार नाही.

सारांश

वरील उदाहरण असे दाखवून देते की सर्वसामान्य बाजारपेठा आणि विशेष करून लिलावांच्या बाजारपेठा खाजगी वस्तूंच्या वाटपासाठी कार्यक्षम संस्था होऊ शकतात. तथापि, कार्यक्षमतेचा असा गर्भितार्थ नाही की ज्यांच्या हातात निवडीचा अधिकार आहे तेच संस्थेची निवड करतील. त्याऐवजी आपण अशी अपेक्षा करू की संस्थेची निवड ही आकृतीबंध तयार करण्याची आवड निवड स्पष्ट करत असते. सुदैवाने यंत्रणा आकृतीबंध सिद्धान्त अशा परिस्थितीचे विश्लेषण करण्यासाठी उपयोगात आणता येतो आणि विक्रेते व ग्राहक यांना पसंत असलेल्या यंत्रणा स्पष्ट करण्यासाठी वापरता येईल. त्यायोगे कोणत्या बाजारसंस्था निर्माण होतील याविषयीचा सिद्धान्त देईल. मिएर्सन आणि मस्किन यांनी या दिशेने आपले अभ्यास अनुक्रमे १९८१ आणि १९८४मध्ये मांडले. पर्याप्त व्यापारी संस्थेचा अभ्यास हे एक महत्त्वाचे उपयोजन (application) आहे, तर यंत्रणा आकृतीबंध सिद्धान्ताची व्याप्ती अधिक मोठी आहे आणि त्याचा उपयोग अर्थशास्त्रातील आणि राज्यशास्त्रातील इतर अनेक प्रश्नांचे विश्लेषण सुस्पष्ट करण्यासाठी केला गेला आहे. उदा. या सिद्धान्ताने सार्वजनिक वस्तूंच्या पुरवठ्यासाठी असलेल्या संस्थांच्या अत्याधुनिक विश्लेषणाला नियमनाचे पर्याप्त प्रकार आणि मतदान पद्धती यांच्या विश्लेषणाला मान्यता दिली आहे.

२००७च्या तीन नोबेलसची प्रमुख लेखन संपदा

लिओनिड हर्‌विझ

1) "Optimality and informational efficiency in resource allocation process", in Arrow, Karlin and Suppes (eds.), Mathematical method in the social Sciencs, Stanford University Press. (1960)

2) "On informationally decentralised Systems", in Radner and Mc. Guire, Decision and Organisation, North Holland.

एरिक मॅस्किन

1. "A Theorem on Utilitarianism", Review of Economic Studies, Vol. XL VI (4), 1978 pp. 93-96
2. "Functions de Preference Collective Definies sur des Domaines de Preference Individuelle Soumis a des Contraintes", Cahiers du Seminaire d'Economerie, Centre National de la Recheche Scientifique, 1979, pp. 153-182
3. "A Differential Approach to Expected Utility Maximizing Mechanisms", (with J. J. Laffont), in J. J. Laffont (ed.), Aggregation and Revelation of Preference, North Holland 1979, pp. 289-308
4. "Implementation and Strong Nash Equilibrium", in J. J. Laffont (ed.), Aggregation and Revelation of Preferences, North Holland, 1979, pp. 433-440
5. "Decision-Making under Ignorance with Implications for Social Choice", Theory and Decision, 11, 1979, pp. 379-337.
6. "The Implementation of Social Choice Rules: Some General Results on Incentive Compatibility", (with P. Dasgupta and P. Hammond), Review of Economic Studies, Vol. XLVI (2), 1979, pp. 185-216

7. "An Equilibrium Analysis of Search and Breach of Contracts, I: Steady States", (with P. Diamond), Bell Journal of Economics, 10, 1079, pp. 282-316.

8. "On the Difficulty of Attaining Distributional Goals with Imperfect Information," (with J. J. Laffont), Scandinavian Journal of Economics, 1979, pp. 27-37.

9. "Voting for Public Alternatives : Some Notes on Majority Rule," National Tax Journal, Vol. XXXII, 1979, pp. 105-110.

10. "Condorcet Proportions and Kely's Cojectures", (with P. Fishburn and W. Gehrlein), Discret Applied Mathematics, 1, 1979, pp. 229-252.

11. "Progress Report on Kelly's Majority Conjectures", (with P. Fishburn and W. Gehrlein)

रॉजर मिएर्सन

Books :

Game Theory : Analysis of Conflict, Harvard University Press (1991). Chinese translation published 2001 by China Economics Publishing House.

Proability Models for Economic Decisions, Euxbury Press.

◆ ◆ ◆

संदर्भ वाचन

Reference Readings
Select Bibliography for Nobel Prize in Economics

1. Encyclopaedia of Nobel Laureates, Eds. R. Kapila and A. Kapila, Publisher Academic Foundation, 2002

2. Encyclopaedia of Nobel Laureates : Economics 2006 -1969, Raymond Benette and S. K. Chand, 2006

3. Nobel Lectures, including presentation speeches and laureates biographies in Economic Sciences, Sverigs Riksbank & Lindbeck, Assar (ed.) World Scientific Publishing Co.

4. Nobel Economists : Lives and Contributions, K. Puttaswakmaiah, three volumes, 1969 - 94, Indus Publishing Company, New Delhi, 1995.

5. Lives of the Laureate : Thirteen Noble Economists. William Breit & Roger W. Spencer, MIT Press Cambridge, 1996.

◆ ◆ ◆

परिशिष्ट १

अर्थशास्त्रातील नोबेल पारितोषिक विजेते, त्यांचे वय आणि राष्ट्रीयत्व

वर्ष	विजेते	(वय आणि राष्ट्र)
१९६९	१) रॅग्नर फ्रिश	(७४, नॉर्वे)
	२) जान टिनबर्जन	(६६, नेदरलँड)
१९७०	पॉल सॅम्युएलसन	(५५, अमेरिका)
१९७१	सायमन कुझने	(७०, अमेरिका)
१९७२	१) केनेथ अॅरो	(५१, अमेरिका)
	२) सर जॉन हिक्स	(६८, इंग्लंड)
१९७३	वॅसिली लिऑंटिफ्	(६७, अमेरिका)
१९७४	१) फ्रेडरिक व्हॉन हाइक्	(७५, ऑस्ट्रिया)
	२) गुन्नर मिरडल	(७६, स्वीडन)
१९७५	१) टॅलिंग कूपमन्स	(६५, अमेरिका)
	२) लिओनिड कँटोरोविच	(६३, रशिया)
१९७६	मिल्टन फ्रीडमन	(६४, अमेरिका)
१९७७	१)जेम्स ई. मीड	(७०, इंग्लंड)
	२) बर्टिल ओहलिन	(७८, स्वीडन)
१९७८	हरबर्ट ए. सायमन	(६२, अमेरिका)
१९७९	१) सर अर्थर लेविस	(६४, इंग्लंड)
	२) थिओडोर शूल्झ	(७७, अमेरिका)
१९८०	लॉरेन्स क्लीन	(६०, अमेरिका)
१९८१	जेम्स टोबिन	(६३, अमेरिका)
१९८२	जॉर्ज जे. स्टिग्लर	(७१, अमेरिका)
१९८३	जेरार्ड डेब्रू	(६२, अमेरिका)
१९८४	सर रिचर्ड स्टोन	(७१, इंग्लंड)
१९८५	फ्रँको मॉडिग्लिॲनी	(६७, अमेरिका)
१९८६	जेम्स बुकॅनन	(६७, अमेरिका)
१९८७	रॉबर्ट सोलो	(६३, अमेरिका)
१९८८	मॉरिस ॲलेस	(७७, फ्रान्स)
१९८९	ट्रिग्वे हॅव्हेल्मो	(७८, नॉर्वे)
१९९०	१) हॅरी मार्को विझ्	(६३, अमेरिका)
	२) मर्टन मिलर	(६७, अमेरिका)
	३) विल्यम शार्प	(५६, अमेरिका)

१९९१	रोनाल्ड कोस	(८१, अमेरिका)
१९९२	गॅरी बेकर	(६२, अमेरिका)
१९९३	१) डग्लस नॉर्थ	(७३, अमेरिका)
	२) रॉबर्ट विल्यम फॉगेल	(६७, अमेरिका)
१९९४	१) जॉन हरसेनी	(७४, अमेरिका)
	२) जॉन नॅश	(६६, अमेरिका)
	३) रेनहार्ड सेल्टन	(६४, जर्मनी)
१९९५	रॉबर्ट ल्युकास	(५८, अमेरिका)
१९९६	१) जेम्स मिरलीस	(६०, इंग्लंड)
	२) विल्यम विक्रे	(८२, कॅनडा)
१९९७	१) रॉबर्ट मेर्टन	(५३, अमेरिका)
	२) मायरॉन शोलस्	(५६, अमेरिका)
१९९८	अमर्त्य सेन	(६५, भारत)
१९९९	रॉबर्ट मुंडेल	(६७, अमेरिका)ा
२०००	१) जेम्स हेकमन	(५६, अमेरिका)
	२) डॅनिएल मॅकफेडन	(६३, अमेरिका)
२००१	१) जार्ज अॅकरलॉफ	(६१, अमेरिका)
	२) मायकेल स्पेन्स	(५८, अमेरिका)
	३) जोसेफ स्टिग्लिझ	(५८, अमेरिका)
२००२	१) डॅनियल कान्हेमन	(६८, इस्रायल) आणि अमेरिका
	२) व्हर्नॉन स्मिथ	(७५, अमेरिका)
२००३	१) रॉबर्ट एंजल –३	(६१, अमेरिका)
	२) क्लाइव्ह ग्रँगर	(६९, इंग्लंड)
२००४	१) फिन किड्लँड	(६१, नॉर्वे)
	२) एडवर्ड प्रेस्कॉट	(६४, अमेरिका)
२००५	१) रॉबर्ट ऑमन	(७५, इस्रायल आणि अमेरिका)
	२) थॉमस शेलिंग	(८४, अमेरिका)
२००६	एडमंड फेल्प्स्	(७३, अमेरिका)
२००७	१) लिओनिड हरविझ	(९०, अमेरिका)
	२) एरिक मस्किन	(५७, अमेरिका)
	३) रॉजर मिएर्सन	(५६, अमेरिका)

परिशिष्ट २

अर्थशास्त्रातील नोबेल पुरस्कार १९६९ ते २००७
न विभागता आणि विभागून दिलेली वर्षे

	वर्षे	नोबेल्सची संख्या
१. न विभागता एकट्यास	२१	२१
२. दोघात विभागून	१४	२८
३. तिघात विभागून*	०४	१२
–	३९	६१

* नोबेल पुरस्कार घटनेनुसार हा पुरस्कार जास्तीत जास्त तिघात विभागता येतो.

परिशिष्ट ३

अर्थशास्त्र नोबेल्सची राष्ट्रवार संख्या
(१९६९ ते २००७ : ३९वर्षे; नोबेल्सची संख्या : ६१)

	देश	नोबेल्सची संख्या
१.	अमेरिका	४१
२.	इंग्लंड	०६
३.	नॉर्वे	०३
४.	स्वीडन	०२
५.	इस्रायल	०२
६.	नेदरलँड	०१
७.	ऑस्ट्रेया	०१
८.	जर्मनी	०१
९.	कॅनडा	०१
१०.	फ्रान्स	०१
११.	रशिया	०१
१२.	भारत	०१
	अर्थशास्त्रातील एकूण नोबेल्स :	**६१**

परिशिष्ट ४
दशकातील नोबेल अर्थशास्त्रज्ञ – पारितोषिक विषय
१९९८ – २००७

वर्ष	अर्थशास्त्रज्ञ	पारितोषिक कोणत्या योगदानाबद्दल
२००७	१. लिओनिड हर्‌विझ २. एरिक एस् मस्किन ३. रॉजर बी. मिएर्‌सन	यंत्रणा आकृतीबंध सिद्धान्ताची मूलभूत तत्त्वे घालून देण्याबद्दल for having laid the foundations of mechanism design theory
२००६	१. एडमंड एस् फेल्प्स	समग्रलक्ष्यी आर्थिक धोरणातील आंतरकालिक सममूल्यनाच्या (तडजोडीच्या) त्यांच्या विश्लेषणाबद्दल for his analysis of intertemporal trade-off in macroeconomic policy
२००५	१. रॉबर्ट जे. ऑमन २. थॉमस सी. शेलिंग	खेळ सिद्धान्ताच्या (गेम थिअरी) विश्लेषणाद्वारे संघर्ष आणि सहकार्य याबद्दलची आपली समज वाढविली असल्याबद्दल for having enhanced our understanding of conflict and cooperation through game theory analysis
२००४	१. फिन इ. किडलँड २. एडवर्ड सी. प्रेस्‌कॉट	गतिक समग्रलक्ष्यी अर्थशास्त्राला केलेल्या योगदानाबद्दल : आर्थिक धोरणाची कालसुसंगतता आणि व्यापार चक्रांमागचे प्रेरक प्रभाव for their contribution to dynamic macro economics, the time consistency of economic policy and the driving forces behind business cycles.
२००३	१. रॉबर्ट एफ्. एंगल –३	१. काल बदलातील चढउतारांसह असलेल्या आर्थिक कालशृंखलेच्या विश्लेषणाच्या पद्धती (शोधण्याबद्दल) बद्दल (समग्रप्रतीपगामी सशर्त

	     २. क्लाइव्ह ग्रँगर	अनेकविध प्रकीर्णता (=विशेष विविधता) for methods of analysing economic time series with time - varying volatility (ARCH = Autoregressive Conditional Heterokedasticity) २. समान कल असलेल्या आर्थिक कालशृंखलेच्या विश्लेषणाच्या पद्धती (शोधण्याबद्दल) बद्दल (सहएकात्मीकरण) for methods of analysing economic time series with common trends (Cointegration)
२००२	डॅनिएल काह्नेमन २. व्हर्नॉन एल् स्मिथ	१. मानसशास्त्रीय संशोधनातून प्राप्त झालेले यथार्थ ज्ञान, विशेषत: अनिश्चिततेच्या परिस्थितीत मानवी अंदाज बांधणे आणि निर्णय घेणे याविषयीचे यथार्थ ज्ञान अर्थशास्त्रात सामावून घेतल्याबद्दल. for having integrated insights from psychological research into econonmic science, especially concerning human judgement and decision-making under uncertainty. प्रयोग शाळेतील प्रयोग हे अनुभवनिष्ठ आर्थिक विश्लेषणाचे एक साधन म्हणून, विशेषत: पर्यायी बाजार यंत्रणांच्या अभ्यासातील एक साधन म्हणून प्रस्थापित केले असल्याबद्दल. for having established laboratory experiments as a tool in empirical economic analysis, especially in the study of alternative market mechanisms
२००१	१. जॉर्ज ए. ॲकरलॉफ २. ए. मायकेल स्पेन्स ३. जोसेफ इ. स्टिग्लिझ	 असममिती माहितीच्या बाजारपेठांचे त्यांनी केलेल्या विश्लेषणांबद्दल for their analyses of markets with asymmetric information.
२०००	१. जेम्स जे. हेकमन	१. निवडक नमुन्यांच्या विश्लेषणासाठी सिद्धान्त आणि पद्धती त्यांनी विकसित केल्याबद्दल

	२. डॅनिएल एल्. मॅकफॅडन	for his development of theory and methods for analysing selective samples. सुयोग्य निवडीच्या विश्लेषणासाठी सिद्धान्त आणि पद्धती त्यांनी विकसित केल्याबद्दल for his deveolopment of theory and methods for analysing discrete choice.
१९९९	रॉबर्ट ए. मुंडेल	विविध विनिमय दर पद्धतींमधील चलनविषयक आणि राजकोषीय धोरणाच्या त्यांच्या विश्लेषणाबद्दल आणि इष्टतम चलन क्षेत्रांच्या त्यांच्या विश्लेषणाबद्दल for his analysis of monetary and fiscal policy under different exchange rate regimes and his analysis of optimum currency areas.
१९९८	अमर्त्य सेन	कल्याणाकारी अर्थशास्त्राला त्यांच्या योगदानाबद्दल for his contribution to welfare economics.
१९९७	१. रॉबर्ट सी.मर्टन २. मायरॉन एस्. शोल्स	अनुजात वायदेपत्रांचे (derivatives) मूल्य ठरवणाऱ्या नवीन पद्धतींबद्दल for a new method to determine the value of derivatives.
१९९६	१. जेम्स मिरलीस २. विल्यम विक्रे	असममिती माहितीच्या परिस्थितीत उत्तेजनांच्या आर्थिक सिद्धान्तास त्यांनी केलेल्या मूलभूत योगदानाबद्दल for their fundamental contribution to the economic theory of incentives under asymmetric information

१९९५	रॉबर्ट इ. ल्युकास (ज्युनिअर)	संयुक्तिक अपेक्षांचे गृहितक विकसित करून ते प्रत्यक्षात लागू करणे आणि त्याद्वारे समग्रलक्ष्यी अर्थशास्त्रीय विश्लेषणाचे स्वरूप बदलणे आणि आपली आर्थिक थोरणांची समज (ज्ञान) अधिक सखोल करणे याबद्दल. for having developed and applied the hypothesis of rational expectations, and thereby having transformed macroeconomic analysis and deepened our understanding of economic policy.
१९९४	१. जॉन् सी. हरसन्यी २. जॉन् एफ्. नॅश (ज्युनिअर) ३. रेनहार्ड सेल्टन	सहकारविरहीत खेळांसंबंधीच्या (of non-cooperative games) सिद्धान्तातील समतोलांच्या त्यांनी केलेल्या सर्वप्रथम (poineering) विश्लेषणाबद्दल for their pioneering analysis of equilibria in the theory of non-cooperative games
१९९३	१. रॉबर्ट डब्ल्यू फॉगेल २. डग्लस सी. नॉर्थ	अर्थशास्त्रीय आणि संस्थात्मक बदल स्पष्ट करण्याच्या दृष्टीने आर्थिक सिद्धान्त आणि संख्यात्म पद्धतींचा उपयोग करून आर्थिक इतिहासातील संशोधन नवीकृत केल्याबद्दल. for having renewed research in economic history by applying economic theory and quantitative methods in order to explain economic and institutional change.
१९९२	गॅरी एस् बेकर	सूक्ष्मलक्ष्यी अर्थशास्त्रीय विश्लेषणाचे क्षेत्र, बाजार–बाह्य वर्तणुकीतील एकूण मानवी वर्तणूक आणि परस्पर परिणाम यांच्या व्यापक कक्षेपर्यंत वाढविल्याबद्दल.

		for having extended the domain of microeconomic analysis to a wide range of human behaviour and interaction, including non-market behaviour
१९९१	रोनाल्ड एच्. कोझ	देवाण-घेवाण व्यवहाराचे खर्च आणि मालमत्ता हक्क यांचे संस्थात्मक संरचना आणि अर्थव्यवस्थेची कार्यशीलता यांच्या दृष्टीने असणाऱ्या महत्त्वाचा त्यांनी घेतलेल्या शोधाबद्दल आणि केलेल्या स्पष्टीकरणाबद्दल for his discovery and clarification of the significance of transaction costs and property rights for the institutional structure and functioning of the economy.
१९९०	१. हॅरी एम् मार्कोविझ २. मर्टन एच्. मिलर ३. विल्यम एफ्. शार्प	रोखासंग्रह निवडीचा सिद्धान्त विकसित केल्याबद्दल for having developed the theory of portfolio choice औद्योगिक वित्तपुरवठ्याच्या सिद्धान्तास त्यांच्या मूलभूत योगदानाबद्दल for his fundamental contributions to the theory of corporate finance वित्तीय जिंदगीच्या किंमत घडणीच्या सिद्धान्तास त्यांच्या योगदानाबद्दल म्हणजेच भांडवली जिंदगी किंमत निश्चिती प्रतिमानाबद्दल for his contribution to the theory of price formation for financial assets as also formulation of the So-called capital asset pricing model or CAPM
१९८९	ट्रिग्वे हॅवेल्मो	अर्थमितीच्या सिद्धांताच्या संभाव्य पायाभूत आधारांच्या त्यांनी दिलेल्या स्पष्टीकरणाबद्दल आणि एकाचवेळी अस्तित्वात असलेल्या आर्थिक संरचनाच्या त्यांनी केलेल्या विश्लेषणाबद्दल. for his clarification of the probable theory foundatons of Econometrics and his analyses of simultaneous economic structures.

१९८८	मॉरिश ॲलेस	बाजारांविषयीच्या सिद्धान्तास आणि साधनसामग्रीच्या कार्यक्षम उपयोगास त्यांनी दिलेल्या प्रारंभिक योगदानाबद्दल for his pioneering contributions to the theory of markets and efficient utilisation of resources.
१९८७	रॉबर्ट एम् सोलो	आर्थिक वृद्धीच्या सिद्धान्तास त्यांनी केलेल्या योगदानाबद्दल for his contribution to the theory of economic growth
१९८६	जेम्स बुकॅनन	आर्थिक आणि राजकीय निर्णय घेण्याविषयीच्या सिद्धान्तासाठी संविदात्मक आणि संविधानात्मक आधार त्यांनी विकसित केल्याबद्दल. for his development of the contractual and constitutional bases for the theory of economic and political decision - making
१९८५	फ्रँको मॉडिग्लिॲनी	बचतीबाबतच्या आणि वित्तीय बाजारपेठांच्या त्यांच्या सुरुवातीच्या विश्लेषणांसाठी for his pioneering analyses of saving and of financial markets.
१९८४	रिचर्ड स्टोन	राष्ट्रीय लेखा प्रणालीच्या विकासासाठी त्यांनी केलेल्या मूलभूत योगदानाबद्दल आणि त्यामुळे अनुभवनिष्ठ आर्थिक विश्लेणाकरता आवश्यक असलेल्या आधारभूत पायामध्ये मोठ्या प्रमाणावर सुधारणा केल्याबद्दल. for his fundamental contirbutions to the development of systems of national accounts and hence greatly improved the basis for analysis empirical economic analysis

१९८३	गेरार्ड डेब्रू	नव्या विश्लेषणात्मक पद्धतींचा त्यांनी आर्थिक सिद्धान्तात समावेश केल्याबद्दल आणि त्यांच्या सर्वसामान्य समतोल सिद्धान्ताच्या काटेकोर फेरमांडणीबद्दल. for having incorporated new analytical methods into economic theory and for his rigorous reformulation of the theory of general equilibrium
१९८२	जॉर्ज जे. स्टिग्लर	औद्योगिक संरचना, बाजारपेठांचे कार्य आणि सार्वजनिक नियमनाची कारणे आणि परिणाम यांच्या त्यांनी केलेल्या बीजभूत अभ्यासाबद्दल. for his seminal studies of industrial structures, the functioning of markets and the causes and effects of public regulation
१९८१	जेम्स टोबिन	वित्तीय निर्णय आणि त्यांचे उपभोग आणि गुंतवणूक निर्णय, उत्पादन , रोजगार आणि किंमती यांच्याशी असलेल्या संबंधांबाबतच्या विश्लेषणाबद्दल for his analysis of financial decisions and their relation to consumption and investment decisions, production, employment and prices
१९८०	लॉरेन्स आर. क्लीन	अर्थमितीची प्रतिमाने निर्माण करणे आणि त्यांचा आर्थिक चढउतारांच्या आणि आर्थिक धोरणांच्या विश्लेषणासाठी वापर करण्याबद्दल. for the creation of econometric models and their application to the analysis of economic fluctuations and economic policies
१९७९	१. सर डब्ल्यू. अर्थर लेविस २. थिओडोर डब्ल्यू. शूल्झ	तिसऱ्या जगातील (=अविकसित राष्ट्रातील) विकासाच्या समस्यांबाबतच्या त्यांच्या

		अभ्यासाबद्दल. त्या दोघांनाही जगातील दारिद्र्याबद्दल तीव्र चिंता वाटत आली आणि अविकासाच्या अवस्थेतून बाहेर पडण्याचे मार्ग शोधण्यात व्यग्र राहिले, त्याबद्दल for their work on problems of development in the third world. Both are deeply concerned about the poverty in the world and are engaged in finding ways out of underdevelopment
१९७८	हरबर्ट ए. सायमन	आर्थिक संघटनांतर्गत निर्णय प्रक्रियेतील सुरुवातीच्या त्यांच्या संशोधनाबद्दल for his poineering research into the decision-making process within economic organisations.
१९७७	१. जेम्स इ. मीड २. बर्टिल ओहलिन	आंतरराष्ट्रीय व्यापाराचा सिद्धान्त आणि आंतरराष्ट्रीय भांडवल हालचाल याबाबतीत त्यांनी केलेल्या नवमार्गी योगदानाबद्दल for their path-breaking contributions to the theory of international trade and international capital movements.
१९७६	मिल्टन फ्रीडमन	उपभोग विश्लेषण, पैसाविषयक धोरण आणि सिद्धान्त या क्षेत्रातील त्यांच्या कामगिरीबद्दल आणि स्थिरीकरण धोरणाच्या गुंतागुंतीच्या त्यांच्या प्रात्यक्षिकाबद्दल for his achievements in the fields of consumption analysis, monetary history and theory, and for his demonstration of the complexity of stabilisation policy
१९७५	१. लिओनिड कँटोरोविच २. टिर्जलिंग कूपमन्स	साधनसामग्रीच्या पर्याप्त वाटपाच्या सिद्धान्ताच्या त्यांनी केलेल्या योगदानाबद्दल for their contribution of the theory of optimum allocation of resources.

१९७४	१. फ्रिडरिक व्हॉन हाइक २. गुन्नर मिर्डल	पैशाविषयीच्या आणि आर्थिक चढउतारांविषयीच्या सिद्धान्तातील त्यांच्या प्रारंभिक अभ्यासाबद्दल आणि आर्थिक, सामाजिक व संस्थात्मक दृश्य घटनांच्या स्वतंत्रपणाविषयीच्या त्यांच्या मर्मभेदी विश्लेषणाबद्दल for their pioneering work in the theory of money and economic fluctuations and for their "penetrating analysis" of the independence of economic, social and institutional phenomena
१९७३	वॅसिली लिऑन्टिफ	'प्रा. लिआँटीफ हे निविष्टी -उद्दिष्टी तंत्राचे एकमेव आणि अद्वितीय निर्माते आहेत. या महत्त्वाच्या नवप्रवर्तनाने समाजाच्या उत्पादन पद्धतीतील सर्वसामान्य परस्परावलंबित्व उजेडात आणण्याची, अनुभवनिष्ठतेच्या दृष्टीने उपयुक्त पद्धती अर्थशास्त्राला दिली आहे,' त्याबद्दल.... "Prof. Leontief is the sole and unchallenged creator of the input-output technique. This important innovation has given to economic science an empirically useful method to highlight the general interdependence in the production system of a society."
१९७२	१. केनेथ जे. ॲरो २. जॉन आर्. हिक्स	'त्यांच्या, सर्वसामान्य आर्थिक समतोल सिद्धान्ताला आणि कल्याणाच्या सिद्धान्ताला त्यांनी केलेल्या अग्रणी योगदानाबद्दल' "for their pioneering contribution to the general economic equilibrium theory and welfare theory."
१९७१	सायमन कुझ्नेट्स	आर्थिक आणि सामाजिक संरचनेबद्दल आणि विकासाच्या प्रक्रियेबद्दलचे नवीन व सखोल ज्ञान प्राप्त करून देणाऱ्या आर्थिक वृद्धीच्या, अनुभवनिष्ठेवर आधारित , अन्वयार्थाबद्दल.

		for his empirically founded interpretation of economic growth which has led to new and deepened insight into the economic and social structure and process of development.
१९७०	पॉल सॅम्युएलसन	त्यांच्या शास्त्रशुद्ध संशोधनाबद्दल की ज्यामुळे त्यांनी स्थितिक आणि गतिक आर्थिक सिद्धान्त विकसित केला आणि अर्थशास्त्रातील विश्लेषणाची पातळी उंचावण्यात तडफदारीने योगदान केले. for his scientific work through which he has developed static and dynamic economic theory and actively contributed to raising the level of analysis in economic science
१९६९	१. रॅग्नर फ्रिश् २. जान टिनबरजेन	आर्थिक प्रक्रियांच्या विश्लेषणासाठी गतिक प्रतिमाने विकसित केल्याबद्दल आणि वापरल्याबद्दल for having developed and applied dynamic models for the analysis of economic processes.

www.ingramcontent.com/pod-product-compliance
Lightning Source LLC
Chambersburg PA
CBHW070556180626
46817CB00005B/1863